காவு

காவு

பால்நிலவன்

காவு ● சிறுகதை ● பால்நிலவன் ● முதல் பதிப்பு: டிசம்பர் 2022 ● பக்கங்கள்: 128 ● வெளியீடு: ஆதி பதிப்பகம், 15, மாரியம்மன் கோயில் தெரு, பவித்திரம், திருவண்ணாமலை 606806 ● பேசி: 9159933990 ● aadhipathippagam@gmail.com ● adavishop.com

₹ 140

Kāvu ● Short Stories ● Palnilavan ● © M.Sridaran ● First Edition: December 2022 ● Pages: 128 ● Paper: 75 gsm NS ● Published by Aadhi Pathippagam, 15, Mariamman koil Street, Pavitram, Tiruvannamalai - 606806 ● M: 9159933990 ● aadhipathippagam@gmail.com ● adavishop.com ● Cover Paintings (Courtesy): C Douglas ● DM Printers, Chennai

ISBN 978-81-959955-1-6

12/2022/sno51/ap40/18.6/1/500

ஷங்கர்ராமசுப்ரமணியன் அவர்களுக்கு

பொருளடக்கம்

1. இன்னும் ஒரு கணக்கு 9
2. செம்மண் பார்டர் 17
3. காவு 22
4. மேய்ச்சல் மனசு 35
5. பவுனு வளையல் 41
6. களம் சீவப்பட்ட மனசு 48
7. வண்ணங்களின் வெளிச்சம் 54
8. சர்ப்பம் 65
9. சுண்டல் 68
10. மழைக்குப் பிறகு வானம் 74
11. மனிதனுக்கு ஏன் சிறகுகள் முளைப்பதில்லை?.....82
12. இங்கே கூடை முடையப்படும் 98
13. எஃகு வடம் 107
14. ராஜகுமாரி 120
15. தற்காலிகங்கள் 123

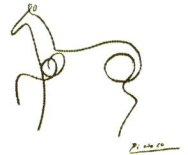

இன்னும் ஒரு கணக்கு

கடப்பாரையை எந்த பலத்திற்கு வீசியிருந்தால் அது எருமையின் வயிற்றில் நுழைந்து வெளியே வந்திருக்கும்? அன்றிலிருந்து சண்முகத்தைக் கண்டு எல்லோருமே பயந்தார்கள். ஒரு பயங்கர முரடன். பிராணிகளின் அவஸ்தை அறியாதவன். பலவித அபிப்ராயங்கள் எல்லோருமே சொல்ல ஆரம்பித்தார்கள். எல்லாம் ஆளையே சாய்த்து விடும் வசைகளே.

பாழாய்ப் போன கரும்புத் தோட்டத்தைப் பார்த்தவாறு ஏக வெறியில் உட்கார்ந்துகொண்டி ருந்தான் அவன். எல்லாம் முடிந்துவிட்டது. அவனைச் சூழ்ந்தவர்களின் அன்பையும் சென்ற வாரத்திலிருந்து இழக்க வேண்டி வந்துவிட்டது.

"ஒன்னு எரும மாட்ட ஓட்டியாந்துட்டி ருக்கணும். இல்ல, அங்கேயே தென்னைமரத்துல கட்டிப் போட்டிருக்கணும். ஆனா இதெல்லாம் இல்லாம கடப்பாரையை எடுத்து வயித்துக்குள்ள வீசியிருக்கியே உன்ன கண்டா எனக்கே பயமா இருக்கு."

அப்பாவின் வார்த்தைகள் மீண்டும் மீண்டும் அவனைக் குத்தின. குண்டு குப்பனின் எருமை மாடு இவனின் நேர் விரோதியல்ல.

பலமுறை கண்டித்தும் எருமைகளைக் கட்டிப் போட்டும் குண்டு குப்பனிடம் நேரில் மிரட்டியும் பிரயோசனமில்லை.

பலமுறை கரும்புத் தோட்டத்தின் மேலும் சண்முகத்தின் நல்ல குணங்களின் மேலும் அவர்கள் வீம்பிற்காகவும் ஒரு வீராப்பிற்காகவும் எருமைகளைத் திட்டமிட்டு ஏவிவிட்டிருக்கிறார்கள். தன் வீரத்தைச் சீண்டிவிடும் அந்த ஆணவக்காரர்களின் கொட்டத்தை அடக்க வேண்டும் என்ற ஒரே நல்ல நோக்கத்தின் முகாந்திரத்திற்காகவே கடப்பாறையை கையில் எடுத்து பலம் கொண்ட மட்டும் வீச வேண்டி வந்தது அவனுக்கு.

செத்தது எருமைமாடு மட்டுமல்ல. குண்டு குப்பனின் தம்பிமார்களின் எல்லா திமிர் எண்ணங்களும்தாம் என்று நினைத்தான். அதுதான் தேவையாயிருந்தது. அதுதான் கிடைத்திருக்கிறது. அதுவே போதுமென்றிருந்தது.

ஒருநாள் பள்ளி மைதானத்தில் வாலிபால் கோர்ட்டிற்கு ஆர்வமாய் வந்தான். யாருமே அனுமதிக்கவில்லை. பிறகு குளக்கரையில் சிறிதுநேரம் அமர்ந்துவிட்டு சினிமா கொட்டகை புளியந்தோப்பு வழியாக வீடுவந்து சேர்ந்தபோது சோகம் நெஞ்சையடைத்தது.

அம்மாகூட என்னைக் கண்டு பயப்படுவாளா என்று நினைத்தான். அக்காவின் ஊரிலிருந்து நேற்றுதான் அம்மா வந்திருந்தாள். நடந்ததையெல்லாம் யாராவது சொல்லியிருக்கக் கூடும். நம்ம ஊரில் ஆல் இண்டியா ரேடியோக்களுக்கா பஞ்சம்.

சண்முகத்தின் களையிழந்த முகத்தை அம்மாவும் புரிந்து கொண்டாள். ஆறுதல் பேசினாள். அதே நேரத்தில் அவன் செயலை வாழ்த்தியது மாதிரியும் இல்லாமல் வசைபாடவும் செய்யாமல் பொது மக்களின் ஏகோபித்த பாராட்டை பெறுவதே உனக்கு வளர்ச்சியென்றும் அதற்குத்தான் உன் எல்லா செயல்களும் இருக்க வேண்டும் என்கிற ரீதியில் அம்மாவின் பேச்சு இருந்தது.

அவனுக்கு அம்மாமீதும் கோபம். அவனை யாருமே புரிந்து கொள்ளவில்லை. அவனைக் கரும்புக் கொல்லைக்குப் போக வேண்டாமென்று அப்பா திட்டவட்டமாகச் சொல்லிவிட்டார். அவன் எங்குதான் போவான்.

இப்போதெல்லாம் சண்முகத்தை வெளியிலேயே பார்க்கமுடிவதில்லை. வீட்டில் டிவியும் கிடையாது. ஒரே ஒரு ஓட்டை ரேடியோ, அதைத்தான் அவன் உண்டு இல்லை என்று பார்த்துக் கொண்டிருந்தான். தவிர அவன் முகத்தில் நிரந்தரமாக சோகக் களை ஒன்று இழையோடத் துவங்கியிருந்தது. அவன் அப்படி இப்படி கடைகண்ணிக்கு என்று வீட்டிற்கு ஏதாவது வாங்கிவர போய் வருகிறபோதுதான் தெரிந்தது. பழைய

பள்ளி நண்பர்கள், உறவினர்கள், பெரியவர்கள், முக்கியமாக பெண்கள் எல்லோருமே இவனிடம் பாசம் காட்டுவதை நிறுத்திப் போட்டிருப்பது. கொஞ்சகாலத்திற்கு என்று நினைத்தான். ரோட்டில் போகும்போது கூப்பிட்டுக் கூப்பிட்டு நலம் விசாரிக்கும் செல்லம்மா பாட்டியும் அவனைக் கண்டதும் முகத்தைத் திருப்பிக்கொண்டார்.

அவனாகவே ரேடியோ கேட்டு சிலச்சில வேலைகளுக்கு விண்ணப்பித்தான். தின்றுவிட்டுத் தின்றுவிட்டுச் சுற்றிவருவதைக் கேவலமாக அவன் காதுபட பேசினார்கள். "உடம்புதான் இரும்பு மாதிரி வளர்ந்திருக்கே தவிர, உருப்படற வழியக் காணோம். நாளைக்கு யானையைக்கூட கடப்பாரையால் குத்திக் கொன்னாலும் கொல்லுவேப்பா நீ" என்று அப்பா சொன்ன ஒருநாள் அவனுக்கு அழுகையே வந்துவிட்டது.

டிரைவிங் லைசென்ஸ் எடுத்து பதிவுசெய்துவிட்டு லாரியில் கிளீனராக நுழைந்து டிரைவராக உயர்ந்து தொடர்ந்து உழைத்து காசு பார்த்தபோது கொஞ்சம் தெம்பு வந்தமாதிரி இருந்தது. பெங்களூர், மைசூர், ஹைதராபாத், ராமேஸ்வரம் என்று லாரியில் பனி இரவுகளில் சாராயம் குடித்துவிட்டு படுவேகத்தில் லாரியைப் பாய்ச்சி செல்கையில் ஒவ்வொருநாளுமே உயிரோடு மல்லுகட்டுவது போலிருந்ததால் அந்த வேலையையும் விட்டான்.

மறுபடியும் உள்ளூரில் முகாம்.

யார் மதிப்பார்கள் ?

அக்கம்பக்கம் கிராமங்களுக்குச் சென்று தபால் கொடுப்பவர்கள் விடுப்புஎடுக்கும் நாட்களில் இவன்தான் போஸ்ட் ஆபீஸ் ரன்னராகச் சென்று அலைந்து தபால் கொடுப்பவனாக இருந்தான். அப்போதுதான் மறுபடியும் அவனைக் கூப்பிட்டு – கூப்பிட்டு நலம் விசாரிக்க வந்தார்கள் பலர். அவர்களை மரியாதையோடு நோக்கினான். சண்முகம் நல்ல பையன் என்று பளிச்சென்று சமுதாயம் சொன்னது. செஞ்சி, திருவண்ணாமலை, சேத்பட், வேலூர், விழுப்புரம், பாண்டி என்று புது சினிமா பார்க்க பிள்ளைகள் புறப்பட்டுவிடும் இந்தக் காலத்தில் சொந்தக் காலில் நின்று சுயமாகச் சம்பாதித்த சண்முகத்தை ஆச்சரியம் ஆச்சரியமாகப் பார்த்தன பல பெரிய முகங்கள். உள்ளூரில் பலநாட்கள் இவன்தான் தபால் கொடுத்திருக்கிறான்.

ஒருநாள் இவனுக்கே ஒரு கடிதம் வந்தது. கடலூருக்கு திங்கள் காலை பத்து மணியளவில் ஜவஹர்லால் நேரு விளையாட்டு மைதானத்தில் ஆஜராக வேண்டுமென்று போட்டிருந்தது. மிலிட்டரி என்று நினைத்தான். திரும்ப

ஒழுங்காக வாசித்தபோது தெரிந்தது மத்திய ஊர்க்காவல் படை என்று. பார்த்த மாத்திரத்திலேயே எந்த செக்அப்பும் இல்லாமல் இவனைத் தேர்ந்தெடுத்துவிட முடிவு செய்தவர்கள், பிறகு சிறு கலந்தாய்வுக்குப் பிறகு சோதனைகள் வைத்துவிடுவதென தீர்மானித்து இவனை சோதித்தார்கள். நீளம் தாண்டுதல், உயரம் தாண்டுதல், மார்பு அகலம், உடம்பு எடை, மருத்துவ சோதனை என்று எல்லாவற்றிலும் அவர்களின் எதிர்பார்ப்புகளைவிட ஒரு புள்ளி எடுத்து வெளுத்து வாங்கினான். தேர்ச்சி செய்யப்பட்டதாக அறிவிக்கப்பட்டு நாளை காலை கடலூரிலிருந்தே டெல்லி புறப்படுவதாகவும் அங்கிருந்து ஜலந்தர் செல்ல வேண்டியிருக்கும் அருகிலிருக்கும் சொந்த ஊருக்கு உடனே போய் திரும்பி வந்து விடவேண்டுமென்றும் சொன்னது இவனுக்குள் சின்ன பரபரப்பை ஏற்படுத்தியது. ஆனால் இவன் நினைத்தான் பரபரக்கவே கூடாது என்று.

வீட்டிற்கு வந்து அப்பாவிடம் சொன்னான். அம்மா அப்பா இருவருமே அவனை வாழ்த்தினார்கள். இந்த வேலையில் நிச்சயம் சேரவேண்டுமென்று அப்பா சொன்னாலும் அம்மா, "டெல்லியா அவ்வளவு தூரமா" என்ற அதிர்ச்சியை வெளிப்படுத்தி பிரிய விரும்பாதது போல பேசினார்கள். அப்பாதான், "நீ சும்மாரு" என்று கூறி எலுமிச்சை சாதம், தயிர் சாதம், சப்பாத்தி, இட்லி, காரைச்சட்டினி என்று இரவு தயாரித்து பார்சல் செய்து தர வேண்டுமென்று அம்மாவிற்கு உத்தரவு வழங்கினார். தவிர, அவரே இவன் துவைத்து வைத்திருந்த உடைகளை எடுத்து அயர்ன் செய்ய உட்கார்ந்துவிட்டது இவனுக்கு மிகப்பெரிய நெகிழ்ச்சியாகி விட்டது. சாயங்காலம் போல பம்பு செட்டில் குளித்து விட்டு வர நடந்தான். குண்டு குப்பனின் கரும்புத் தோட்டம் கடந்து இவனுடைய அப்பா வைத்திருக்கும் கம்பங்கொல்லைக்கு வந்து பம்பு செட் மோட்டார் போட்டுக் குளித்தான். அருகிலிருந்த புதிய இளங்கரும்புத் தோட்டத்தில் சில எருமை மாடுகள் மேய்ந்து கொண்டிருப்பது போலவே இருக்க, குளித்து முடித்து அவசர அவசரமாக என்ன ஏது என்று பம்பு செட்டின் கான்கிரீட் கட்டடத்தின் மீதேறி நின்று பார்த்தான். அது குண்டு குப்பனின் எருமை மாடுகள் தான்.

அவனிடம் நேராகச் சென்று பேசினான், "ஏன் மிலிட்டரிக்கு ஆள் எடுக்கறாங்கலாமே, நீ அப்ளை பண்றத்துத்தானே. அடுத்த மாசம் பாஞ்சாந்தேதி வரைக்கும் டைம் இருக்கு. அப்ளை பண்ணு" என்று.

அப்படி சொல்லிவிட்டு வந்து கொண்டிருந்தவன் திடீரென்று என்ன நினைத்தானோ, "இங்கே பாரு குப்பா, எனக்கு சென்ட்ரல் ரிசர்வ் போலிஸ்ல வேலைக்கு கிடைச்சிருக்கு. நாளை காலைல

டெல்லி கிளம்பறேன் வரட்டுமா... நான் சொன்னத மறக்காத..."

விடியற்காலை இவனுக்கு முன்னதாகவே எழுந்து இவனை எழுப்பியது அப்பாதான். அப்பா, அம்மா சொன்னபடி சில உணவு வகைகளைப் பொட்டலம் கட்டி ஒரு நைலான் பையில் போட்டு வைத்திருந்தாள். ஆச்சரியமாக இருந்தது. அப்பா ஊருக்குப் போகவர வைத்திருந்த சின்ன ப்ரீப்கேஸை இவனுக்குத் தந்திருந்தார். அதில்தான் இவனுடைய உடைகளை அயர்ன் செய்து வைத்திருந்தார். இவனுக்காக வெந்நீர் வைத்து அதை தோட்டத்தில் கொண்டுபோய் வைத்து, "சீக்கிரம் குளி" என்று சொன்னதும் கூட அப்பாதான். குளிக்கும்போது ஏனோ அழுகை அழுகையாக வந்தது. இப்படிப்பட்ட அப்பா அம்மாவை விட்டு பிரிகிறோமே காலம் முழுக்க இவர்கள் காலடியிலேயே விழுந்து கிடந்து இவர்களுக்குப் பணிவிடை செய்தே இந்த வாழ்வை அர்ப்பணிக்கலாம் என்று நினைக்கும் நேரத்தில்தான் நான் இவர்களை விட்டுப் பிரிகிறேனா என்ன கொடுமை இது என்று நினைத்தான்.

கிராமத்து பேருந்து நிலையம் வரைக்கும் கூடவே வந்த அப்பா அவன் கையில் ஆயிரம் ரூபாயைத் திணித்தார். "போக்குவரத்துக்கு, தங்கிக்க, சாப்பிட. எல்லா வசதியும் அவங்க பாத்துவிட்டாலும் செலவுக்குன்னு பத்திரமா வச்சிக்க." என்று. அவன் சொன்னான், "அம்மா ஒரு ஐந்நூறு குடுத்திருக்காங்க. எங்கிட்ட ஆயிரம் ஏற்கனவே வச்சிருந்தேன்" என்று சொல்ல அதை இடைமறித்து, "பரவாயில்லை வச்சிக்கடா" என்று சொல்லி அவன் ஏறியவுடன் வண்டியை எடுத்ததும் டாட்டா காண்பித்து அவன் மறைகிற வரையிலுமே பார்த்துக்கொண்டேயிருந்தார்.

"போதும் ஏறுப்பா" என்ற கண்டக்டரின் குரல் கேட்ட பிறகுதான் படியேறி மேலே வந்தான். இருக்கை காலியாயிருக்கிறதா என்று தேடினான். எல்லா இருக்கைகளும் ஆள் நிரம்பியிருப்பது அப்போதுதான் தெரிந்தது. சற்று கவனித்தபோது முன்பக்க வாயிற்படியை ஒட்டிய இரண்டு பேர் இருக்கையில் மட்டும் ஒரு இருக்கை காலியாக இருப்பது தெரிந்தது. பேருந்து வேகத்தில் எச்சரிக்கையாக நடந்து முன்பக்க வாயிற்படியை ஒட்டிய இருக்கையில் அமர்ந்து திரும்பிப் பார்த்தான். அருகிலிருந்தது குண்டு குப்பன். இன்னும் ஒரு கணக்கு சரியாகவில்லை என்ற ஞாபகம் அப்போதுதான் வந்தது.

"என்ன குப்பா, யார் வீட்டு கல்யாணத்துக்கோ கிளம்பிட்டா மாதிரி இருக்குது."

"இந்தா, இந்த நைசா பேசற வேலையெல்லாம் எங்கிட்ட வேணாம். எனக்கு பயந்து கிட்டுத்தானே ஊரைவிட்டுப் போற.

ஆனா ஒண்ணு என்னிக்கிருந்தாலும் உன் சாவு என் கையிலதான். அதமட்டும் ஞாபகம் வச்சிக்க… ”

“சேச்சேச்சே… என்ன உன்னோட பெரிய தொந்தரவா போச்சு. காலங்காத்தால சாவு அது இதுன்னிட்டு. ஒரு நிமிஷம் இரு. இங்க எங்கியோதான வச்சேன். தோ தோ ஒரு செகண்ட் இரு, தோ வரேன். வாழப்பழக்காரரே அந்த கத்திய ஒரு நிமிஷம் கொடுங்க. ஆங் இந்தா இந்தக் கத்தியால என்னைக் குத்திரு நான் செத்துர்றன்…. குத்த மாட்டியா இன்னா அப்படி பாக்கற …. இன்னாடா இன்னான்ற இப்போ குத்த மாட்டியா… அப்புறம் இன்னா …க்கும் உன் சாவு என் கைலதான்னு மெரட்டற. மெரட்டற மைரான் செய்யணும் புரியதா?”

“சம்முவம் வேணாம். இது பஸ்ஸா இருக்கேன்னு பாக்கறேன்.”

“வேறெங்கியாருந்தா குத்தி கொன்னுடுவியா நீ? ஒன்னு சொல்லட்டுமா நீ என்னைக்குமே என்னை இல்ல யாரையுமே சாவடிக்க முடியாது. ஏன்னா நீ பழைய குப்பன் இல்ல. அப்படியே பழைய குப்பனா இருந்தாகூட சும்மா எகிறுவ அவ்வளவுதான். கண்ணா உன் கதை எல்லாம் எனக்குத் தெரியும். யாருகிட்ட பேசற? சின்னதம்பியான் வீட்டுப் பொண்ணைக் குடுக்கலங்கற ஒரே காரணத்துக்காக உங்க பாட்டன் பூரா சொத்தையும் உன்னோட பெரிய மாமனாருக்கு எழுதி வச்சார்ங்கற கதை உனக்குத் தெரியுமா? தெரியாது. ஏன்ன நீ அப்ப பொடியன். நீ வந்து என்னைக் கொல்றவனா ம்? யாருகிட்ட பேசற. அன்னிக்கு நிலம் பாகம் பேசற அன்னிக்கு உங்கப்பனை உங்க பங்காளிகளே அடிச்சிப் போட்டாங்களே எங்கப்பதான வந்து காப்பாத்தினாரு. அந்த நன்றிகூட இல்ல உனக்கு. உங்க பங்காளி வீட்டு நிலத்தை வாங்கனது தப்புதான் ஒத்துக்கறேன். அதுல ஏறு ஓட்டி வெரப்புல்லு நட்டது தப்புத்தான் ஒத்துக்கறேன். ஆனா சும்மவா குடுத்தான் உங்க பங்காளி, காசு இல்ல. எங்ககிட்ட எதுக்கு வீம்பு பேசறன்னு கேக்கறேன். எங்கூட்டு கரும்புத்தோட்டத்த பத்து எரும மாட்டவுட்டு காலி செஞ்ச. செஞ்சியா இல்லியா… அந்த ஆத்திரத்துலதான் நான் உன்னோட எருமைங்கள அடிச்சி துவம்சம் பண்ணினேன். ஒண்ணுத்தை கடப்பாரை உட்டு அடிச்சேன். ஆனா ஒன்னு நீ செஞ்சதும் ஆத்திரம் நான் செஞ்சதும் ஆத்திரம். அதுக்குப் பலனைக் கடந்த ரெண்டு வருஷமா அனுபவிச்சாச்சு. உன்னை உன்னோட தம்பிங்களே – நீ யாருக்காக பரிஞ்சினு வந்தியோ அவனுங்களே வீட்டை வீட்டு விரட்டிட்டானுங்க… நீ இப்போ தனியா ஆக்கி சாப்பிடறது எனக்குத் தெரியாது? யாருக்கிட்ட பேசற? ம்?… என்னை கொல்றவனா நீ… அப்படி கொல்றவனா இருந்தா ரெண்டு வருஷமா ஊருலதான்ன சுத்திகினு இருந்தேன் அப்போ

கொல்றதுதானே. எதுக்கு அனாதி வெப்பலுமாதிரி ஊல உதாரு உட்டுட்டிருக்கிற சொல்லு. உன்னோட தம்பிங்களே உனக்கு நாமத்த போட்டுட்டானுங்க. நேத்து பெரிய பிடுங்கி மாதிரி எண்ணி மூணு எருமைங்கள கொண்டு வந்தே – அன்னிக்கு ஒரு நாள் பத்து எருமைங்களத்தானே கொண்டு வந்தே... நேத்து எண்ணி மூணேமூணு எருமைங்க. அதுகூட உன்னோடதா மத்தவங்களதா தெரியல... வரப்பு ஒட்டனமாதிரி நின்னு மேய்ச்சிகிட்டிருந்துச்சி. அதுவும் அந்த சைடு. உனக்கும் பயந்தான். நானும் கடப்பாரையைத் தூக்கியிருந்தா தூக்கியிருக்கலாம் தூக்கன்னா தூக்கின்னாடா? யாருகிட்ட பேசற?ம்? ஒரு தடவை கடப்பாரையத் தூக்கினது தப்புதான்னே நான் உணர்ந்துட்டேன். அப்படின்னு சொல்றதைவிட என்னோட அப்பா, அம்மா, இந்த ஊரு, உலகம் எனக்கு உணர்த்திடுச்சி. தெரியுமா? இப்பல்லாம் அவனவனுக்கு ஆயிரெத்தெட்டு வேலை இருக்கு. பழிக்கு பழி வாங்கறதும் வஞ்சத்தை தீர்த்துக்கறதும்தானா பொழப்பு? உன்னோட குடும்பத்திலேயே உன்னை யாரும் மதிக்கறதில்லைன்னு கேள்விப்பட்டேன். எப்போ நமக்கு குடும்பத்திலேயே மரியாதை குறையுதோ அன்னிக்கே இந்த ஊரைவிட்டு காலிபண்ணிடறது நல்லது. புரியதா. நேத்து சொன்னேனே ஞாபகம் இருக்கா. மிலிட்டரிக்கு ஆள் எடுக்கறாங்கன்னு. ஒரு நிமிஷம் இரு கண்டக்டர் டிக்கட் கொடுக்கிறாரு... இந்தாங்க சார். ஒரு கடலூர் ஒரு விழுப்புரம். விழுப்புரம் தானே குப்பா... அட இருக்கட்டும் வைப்பா.... சார் ஒரு கடலூர் ஒரு விழுப்புரம் கொடுங்க ஆங் ரைட்... அப்புறம் குப்பா எங்க உட்டன். பட்டாளுத்துக்கு என்னவோ சொன்னனே. ஆங் மிலிட்டரிக்கு ஆள் எடுக்கறாங்கன்னு சொன்னன் இல்லையா... நம்ப ஊரு போஸ்ட்டாபீஸ்ல வேலை செஞ்ச ஜானகிராமன் செஞ்சி போஸ்டாபீஸ்ல இருக்காரு. கல்யாணத்துக்குப் போய்ட்டு வரும்போது நான் சொன்னன்னு கேளு. உனக்கு எல்லாம் தெளிவா வழி சொல்லுவாரு..."

"மிலிட்டரில் போய் சாவ சொல்றயா..."

"அட நாயே... இப்போ நான் கூடத்தான் ரிசர்வ் போலிஸ் வேலைக்குப் போறன். சாதாரண போலீஸ்க்கு எங்கனா காட்ல போட்டாங்கன்னா கத கந்தலு ரிசர்வ் போலிஸ்ல சொல்லவே வேணாம். கண்டிப்பா லோக்கல் சால்னா கடை வச்சிங்கறவன் மாமூல் வாங்கறத்துக்கோ டிராபிக் ஜாம்ல ரூட்டை கிளியிர் பண்றத்துக்கோ அனுப்பப்போறதில்லை. பெரிய பெரிய போராட்டத்துங்கள்ல... பெரிய பெரிய மீட்டிங்குல ரைபில் துப்பாக்கியோட போவணும்... நானே பயப்படல... சாவ சொல்றயான்னு கேக்கறயே... உள்ளூர்ல சதா பங்காளி

பசங்களோட மல்லுகட்டினு இருக்கிறதோட எங்கனால பார்டர்ல போய் நாலுபேர சுடு. இல்ல உன்னை நாலு பேரு சுடட்டும் அதான் உன் வீரத்துக்கு அழகு. இந்த உயிர எதுக்கு வச்சிருக்கிற புரிஞ்சிதா... அப்புறம் இன்னொரு விஷயம் என்னோட உனக்கு உடம்பு வேகம் நல்லாவே இருக்கு. கண்டிப்பா நீ செலக்ட் ஆவே இன்னா சொல்றே..."

அவன் எதுவும் சொல்லவில்லை. உம்மென்று முகத்தை வைத்திருந்தான். என்னவோ இன்னைக்கே போருக்கு போகச் சொன்னது போல. விழுப்புரம் பிள்ளையார் கோவில் ஸ்டாப்பிங் வந்தது. ஒரு கல்யாணம் மண்டபம் பேரைக்கேட்டு இறங்கிக் கொண்டான்... சொல்லிவிட்டுக்கூட இறங்கவில்லை. பஸ்ஸும் எடுத்துவிட்டார்கள். என்ன நினைத்தானோ தெரியவில்லை. வேகமாக ஓடிவந்தான். "சம்முவம் சம்முவம் என்னிக்கு கடைசித் தேதி சொன்னே..." என்று கேட்டான்.

"அடுத்த மாசம் பாஞ்சாம் தேதி, செஞ்சி போஸ்டாபீஸ்ல ஜானகிராமன் சாருகிட்ட போ... நான் சொன்னன்னு சொல்லு. அழகா உக்காந்து அப்ளிகேஷன் எழுதி புல்லப் பண்ணித்தருவாரு. புரியதா... அப்புறம் நான் கூட அவருகிட்ட சொல்லிட்டு போலாம்னு நெனைச்சேன். அவசரமாம் டைமே இல்லையாம்... போய் லெட்டரு போடறேன்னு சொல்லு... மறக்காத மிலிட்டரில சேத்துக்கற வரைக்கும் போஸ்டாப்பீஸ்ல நான் செஞ்ச வேல காலியாத்தான் இருக்கும் அதை வாங்கி செய். இன்னா.... வரம்பா... நண்பா..."

நண்பா என்ற வார்த்தை அவன் காதில் விழுந்ததோ இல்லையோ தெரியவில்லை. அதற்குள் பேருந்து படு வேகமாய் சென்றது. அப்பாடா என்றிருந்தது. சரியாகாமலிருந்த இன்னும் ஒரு கணக்கும் எல்லாம் கணக்கும் கூட சரியாகி விட்டது போல தோன்றவே ஹாயாக ஜன்னல் வெளியில் எதிரே பாய்ந்து செல்லும் புறக்காட்சிகளை ரசிக்கத் துவங்கினான் சண்முகம்.

தீம்தரிகிட, ஜனவரி 2004

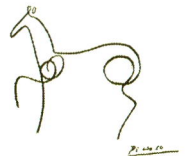

செம்மண் பார்டர்

கர்ணம் வீட்டம்மாளுக்கு ஒருபடி செம்மண் கொடுத்துவிட்டு வண்டியைத் திருப்ப 'ஹேய் பா' என அதட்டி வலது மாட்டின் பிருஷ்டத்தின்மீது லேசாய்த் தட்டியிருப்பார் பெரியவர், அதற்குள் அந்தத் தெருவில் அங்கிங்கு என நின்றுகொண்டிருந்த பெண்கள் சண்டைக்கு வந்துவிட்டனர்.

செம்மண் வண்டியின்மீது அமர்ந்திருந்த கிழவனார் மாடுகளை எந்தப்பக்கம் கிளப்புவது என்று குழம்பினார். சற்றுமுன் நீண்ட நேரமாய்ச் செம்மண் விற்றுக்கொண்டிருந்தவர்தான் அவர். இங்கு முடிந்தவரை விற்றாகி விட்டது. இப்போது அடுத்த தெருவுக்குப் போகவேண்டும். ஆனால் இந்தப் பெண்கள் விடுவதாக இல்லை.

"யோவ்... பெரியவரே எங்க கோலத்து மேல வண்டி ஓட்டின, அப்புறம் சும்மாயிருக்க மாட்டோம் ஆமா..." என்றனர்.

பொங்கல் பண்டிகை வந்துவிட்டாலே இந்தப் பெண்களுக்குக் கொண்டாட்டம் தான். வருங்கால வண்ணக் கனவுகளையெல்லாம் கோலப் பொடியாய்த் தெருமுழுக்க கலர் கலராய் நிரப்பி வைத்துவிடுகிறார்கள். பொதுத் தெருவாயிற்றே நாலுபேர் நடக்கிற இடமாயிற்றே என்ற பயமோ பொறுப்போ கிடையாது. அவர்கள் வைத்ததுதான் சட்டம். சரி கோலம் போடட்டும் தடுக்கவில்லை. ஒரு அளவு கிடையாதா? ஏதோ சின்னதாய் அழகாய் போட்டோமா என்றில்லை. அப்படியே ரோடெல்லாம்...

கோலத்தை ரசிக்கவும் முடியாமல் வண்டியைத் திருப்பவும் முடியாமல் கிணற்றில் விழுந்த பூனையாகத் தவித்தது கிழவனாரின் மனது. செம்மண் வியாபாரம் இந்தக் காலையில்தான் நன்றாக நடக்கும். அதுகூட பொங்கல்வரைதான். சீக்கிரம் சென்று விற்றாக வேண்டும். என்ன செய்வது?

சரி வந்தவழியே திரும்பி வேறொரு தெரு வழியாகச் சென்று விற்காதத் தெருவுக்கெல்லாம் செல்லலாம் என்று முடிவு செய்தார். இடது மாட்டை உசுப்பினார்.

வண்டியைத் திருப்பி ஓட்ட முயன்றார். இடது மாடு திரும்பியது. சக்கரம் சுழன்றுத் தெருவின் குறுக்காக வண்டி நின்றது. வண்டியின் அந்தண்டை இருந்த ஒரு பெண் கத்தினாள், “நாங்களும்தான் கோலம் போட்ருக்கறோம். இந்தப் பக்கம் வண்டி ஓட்டி வராதெ...”

அந்தப் பக்கமும் கோலம், இந்தப் பக்கமும் கோலம்! வண்டி எந்தப் பக்கம் செல்வது?

புதியதாய்ச் சத்தம் போட்ட அந்தப் பெண் அப்பொழுதுதான் தலைகுளித்து சிவப்பில் பட்டுப் பாவாடை, பட்டு ரவிக்கை வெளிர் நீலத் தாவணி அணிந்து வந்து சீக்கிரம் கோலம் போட்டுவிட்டிருக்கிறாள். இந்தத் தெருவிலுள்ளவர்கள் பலரும் நின்று கொண்டிருந்த இந்த வண்டியிலிருந்து செம்மண் வாங்கிச் செல்வது தெரியாமல்...

செம்மண் விற்று முடிப்பதற்குள் எப்படிப் பெரிய ஐந்து ஐந்து இதழ் உள்ள பூக்களும் நடுவில் பொங்கல் பானையுமாய் புள்ளிக்கோலம் ஒன்றைப் போட முடிந்து விட்டிருக்கிறது அவளால்? வண்ணக் கோலப் பொடிகள் பொருத்தமாய் இட்டு நிரப்பி சுற்றிலும் சதுரமாய்ச் செம்மண் பார்டர் இழைத்திருந்தது கூடுதல் நேர்த்தியை உண்டு பண்ணியிருந்தது. இத்தனைக்கும் இந்தச் செம்மண்கூட நேற்றுக் காலையில் இவரிடம் தான் வாங்கினாள். அதைக்கூட அவ்வளவுச் சீக்கிரத்தில் மறந்து விட்டாளா?

இவர்கள் இஷ்டத்திற்குத் தெருவைக் களேபரம் செய்வார்கள் – நம் பொழப்பு என்னாவது என்று எண்ணியவாறே, மேலும் வண்டியைத் திருப்பி ஓட்ட முயன்றார். நிறைய பெண்கள் ‘லகலக’ என்று பிடித்துக்கொண்டனர். கிழவர் கத்த–பெண்கள் திட்ட, பிறகு கிழவர் திட்ட–பெண்கள் கத்த பெரியதாய் வலுத்தது சச்சரவு. வண்டியை நிறுத்தி விழிவிழியென்று விழித்தார். “இன்னைக்கெல்லாம் இங்கேயே கெட” என்றனர்.

கூடையொன்றை இடுப்பில் சுமந்துகொண்டு அதில் உள்ள காகித பொம்மைகளைத் தெருத்தெருவாய் விற்றுக்கொண்டு வந்த

பச்சிம்மா என்னமோ ஏதோ பெரிய ரகளை என்பதையறிந்து அவசர அவசரமாய்த் தெருவின் கடைசியிலிருந்து வேகவேகமாய் நடந்துவந்து பார்த்தாள். 'அடடே நம்ம தாத்தா பாவம் அப்பாவி மனிதராயிற்றே அவர். இந்தப் பெரிய இடத்துப் பெண்களிடம் வகையாக மாட்டிக் கொண்டாரே' – கூடையை ஆர்.ஐ வீட்டுக் கொறட்டுக் கல்லில் இறக்கி வைத்துவிட்டு யோசிக்கலானாள்.

ஒரு யோசனை கிடைத்தது. அதற்குத் தாத்தா சம்மதிப்பாரா? அதாவது நான் உதவ முன்வருவதை ஏற்றுக்கொள்வாரா? ஏற்றுக்கொள்கிறாரோ இல்லையோ இது கடமை என்றும் தோன்றியது.

விறுவிறுவென்று வந்தாள்.

"இதோ பாருங்கம்மா... கோலம் கலைஞ்சதுன்னா மறுபடியும் பெருக்கித் தள்ளிட்டு அச்சு அசலா அம்சமா இதே கோலத்த நான் போட்டுத் தரேன். வேணும்னா இன்னும் அழகாகக்கூட! எம் பேச்சில் நம்பிக்கையில்லினா இங்கப் பாருங்க, இந்தக் கூடையிலே இருக்கற பொம்மையெல்லாம் நான்தான் செஞ்சேன்" என்று தான் டிரைசெம் திட்டத்தின் உதவியோடு கற்றுக்கொண்டு செய்த வங்கி வங்கியான டிசைன்களில் வண்ணம் தீட்டப்பட்ட பொம்மைகளை எடுத்துக்காட்டி கூறிவிட்டு, "தயவு செஞ்சு அவருக்கு வழிய விடுங்க" என்று கேட்டுக்கொண்டாள்.

மறுபடியும் 'ஆங் ஊங்' என்று முரண்டுபிடித்தவர்கள், "சரி வண்டி போவட்டும்" என்று சம்மதித்தனர்.

வண்டி நகர்ந்து போகையில் மாடுகளின் கால்கள் பட்டும் சக்கரம் ஏறியும் கோலம் தாறுமாறாகக் கலையவே செய்தது. அதனாலென்ன... சடுதியில் பெருக்கித்தள்ளி தண்ணீர் தெளித்து, சற்றுநேரம் தரை காயட்டும் எனக் காத்திருந்து, யாவரும் கண்டு ரசிக்கும்படியான மிக ரம்மியமான வண்ணக்கோலம் ஒன்றைப் போட்டு முடித்தாள் பச்சிம்மா. அதுமட்டுமின்றி, அவள் செம்மண் பார்டர் கோலத்தைச் சுற்றி இழைத்த விதமும் வெண் சரிகை போல மாக்கோலத்தில் கோடு இழைத்த விதமும் அத்தெருப் பெண்களுக்குப் புது விஷயமாக இருந்தது.

"பொம்ம வாங்கறீங்களா பொம்ம" – கூடையை எடுத்துக் கொண்டு கூவியபடி சென்றவளை எல்லாரும் அதிசயமாகப் பார்த்தார்கள்.

தெருத் திருப்பத்தில் அந்தண்டைப் பக்கம் வழியில் வண்டியை நிறுத்தி தாத்தா இவளை எதிர்பார்ப்பது தெரிந்தது. "நீங்க வியாபாரத்த கவனிங்க தாத்தா. ஏன் வண்டிய நித்திட்டீங்க..." என்று இவள் சொன்னதை தாத்தா மறுத்தார்.

"இல்லம்மா உங்கிட்ட சொல்லிட்டுத்தான் போவணும். பழைய குடும்பச் சண்டையெல்லாம் மறந்து நீ உதவி செஞ்சிருக்கே. பாகம் பிரிச்சதோடில்லாம தனியா ஒரு ரெண்டு ஏக்ரா நெலத்தைத் தேவையில்லாம அந்த ஆறுமுகம் பயலுக்கு எழுதிவச்சேன். எல்லாத்தையும் சீட்டாடியே அழிச்சான் அந்தப் பாவி. உங்களுக்குச் சேரவேண்டிய பாகத்தையே சேரவிடாம விதி என்னைச் சதி பண்ணிடிச்சி."

"மலையனூர்ரைஸ்மில்லை நடுவலவனுக்கு எழுதி வச்சேன். ஆனா அவன் தன்னோட ரெண்டாந்தாரத்துக்கு தாரைவாத்துட்டு குடும்பத்தோட தூரதேசம் போய்ட்டான். எதுக்கு இந்தப் பாவிங்க இப்படி அழும்பு பண்றானுங்கன்னு தெரியல. உங்கப்பனுக்கு நான் என்ன செஞ்சேன். வளத்தி, கன்னலம், துரிஞ்சப்பூண்டின்னு சில ஊருங்கள்ல நான் பட்ட கடனை நான் உடம்பு முடியாம சாவப்பொழைக்கக் கெடந்தபோது உங்கப்பன்தான் அடைச்சான்னு கேள்விப்பட்டபோது எனக்கு எப்படியிருந்தது தெரியுமா? உண்மையிலேயே முன்னேறணும்னு நெனைக்கற உங்கப்பனுக்கு நான் ஏதாவது பிரிச்சி கொடுத்திருந்தேன்னா இன்னும் நீங்க நல்லாயிருந்திருப்பீங்க. எனக்குப் புண்ணியமாவது சேர்ந்திருக்கும். அவ்வளோ ஏன்? விழுந்து கிடக்கிற அந்த ஆறுமுகம் குடும்பத்தையும் நிமித்தி வச்சிருப்பீங்க."

"அவங்க குடும்பத்துக்கு இப்பவும் எங்களால ஆனதைச் செஞ்சிகிட்டுத்தான் இருக்கோம் தாத்தா. அதெல்லாம் நாங்க பாத்துக்கறோம். உங்க உடம்பு பரவாயில்லையா? பணம் காசு இன்னிக்கு வரும் நாளைக்குப் போவும்... சுத்தியிலும் இருக்கற சொந்தத்த ... பாடு பரதேசிய மதிக்கணும் தாத்தா. ஆனா பாட்டி வவுத்துல பொறக்காம சின்னப்பாட்டி வவுவத்துல பொறந்தவங்கறத்துக்காக எல்லாரும் சேர்ந்து ஏதோ சில பிரச்சனைகளுக்காக எங்க அப்பாவை இந்த வாசப்படிய மிதிக்காதீங்கன்னு சொன்னாங்களே அதான் தாத்தா ஆறல. ஆனா அத இப்ப பெரிசா சொல்லிக்காமிக்க விரும்பல. இப்படிச் சூரியன் மொளைச்சும் மொளைக்காததுமா நீங்க வந்து செம்மண் விக்கறதுதான் எனக்குப் பொறுக்கல. வைகாசியில் குடிபோன அந்தப் பனைமோட்டுக்கொல்லை புதுவீட்ல இந்த வருஷம் பெரும்பொங்கல் வைக்கிறதா முடிவு பண்ணியிருக்கோம்."

"நீங்க அவசியம் வரணும் தாத்தா. அப்பாவும் அம்மாவும் வந்து உங்களையும் பாட்டியையும் கூப்பிடறதா இருக்காங்க. நீங்க கண்டிப்பா வரணும். மறுபடியும் ஒருநாள் நான் எந்தம்பியெல்லாம் உங்க மடியில உக்காரணும் தாத்தா. சொந்தங்கொண்டாட இல்ல. ஒரேயொரு போட்டோ எடுத்துக்கணும் அதுக்குத்தான். நான் வரன் தாத்தா ..." பச்சிம்மா சும்மாட்டைக் கோலி தலையில்

வைத்து பொம்மைக்கூடையைத் தலையில் வைத்துக்கொண்டு, பொம்மை வியாபாரத்திற்கான குரலை உயர்த்தியபடி நடந்தாள்.

சக்கரங்கள் அப்படியே நின்றன. அவரின் சிந்தனை மட்டும் எங்கெங்கோ போய் சுழன்றது. பெரும்பொங்கல் வைப்பதை நிறுத்தி ஆண்டுகள் பல ஆகிவிட்டதையும் இக்குழந்தை வாயார அழைத்ததையும் நினைத்து குபுக்கொன்று கண்ணீர் பெருகியது.

தலைப்பாகையை எடுத்துக் கண்களைத் துடைத்துக் கொண்டார் பெரியவர். பல தெருக்களில் செம்மண்ணை விற்றுவிட்டு காலி வண்டியோடு அன்னமங்கலத்தை விட்டு வெளியேறி கன்னலம், வளத்தியைக் கடந்து முருகந்தாங்கல் வழியாக இருமருங்கும் வயல்வெளி மருதத்தோடு சிறுதலைப்பூண்டியை நோக்கி வண்டியை ஓட்டிச் சென்று கொண்டிருக்கும்போதும் காதுகளில் இதயத்தில் ஒலித்துக் கொண்டேயிருந்தது, “பொம்ம வாங்கறீங்களா பொம்ம” என்று.

அதற்குத்தக – குறிஞ்சி மலர், ஜனவரி 2017

காவு

வேட்டுச்சத்தம் மானத்த பொளந்தது. சாரா அண்ணன் என்னப் பாத்தாரு. மறுபடியும் வேட்டுச்சத்தம் மானத்த பொளந்தது. "என்னடா கோவாலு"ன்னாரு. நான் கம்முனு இருந்தன். சாரா அண்ணன் கெணத்துல தண்ணி கீழ இறங்கிடிச்சி. அதனால கெணத்த ஒட்டி ரெண்டாள் ஒசரத்துக்கு பள்ளம் வெட்டனம். ஆள் வெச்சிதான். இப்ப மோட்டாரு பம்பு செட்ட நாங்க ரெண்டு பேரே சேந்து உன்னப்புடி என்னப்புடின்னு அலாக்கா எறக்கி கரண்ட்டும் கொடுத்துட்டம். இப்ப ஓஸ் பைப்பும் புட்பாலும் தண்ணியில இறங்கி நிக்குது. இனிமேலு தண்ணி ஜோரா எடுக்கும். அவருக்கு உத்தாசப் பண்ணத்தான் நான் வந்தன். ஆருகிட்டயும் வளவளன்னு பேசறதே புடிக்கல எனக்கு. ஆனா அவரு பாவம். என் மேல ரொம்ப பாசம் அவருக்கு. அவரு எங்க போனாலும் என்னைக் கூட்டிட்டுப் போவாரு. நான் எது சொன்னாளும் கேப்பாரு. அவரோட தங்கச்சி, அம்மா, அப்பா சொல்றதைவிட நான் சொல்றதுதான் பெருசு அவருக்கு.

மறுபடியும் வேட்டுச்சத்தம் கொல்லை மேட்டையே பொளந்துகட்டற மாதிரி இருந்திச்சி. புதுசா வெட்டன மண்ணு படிகட்டுல ஏறி நின்னு பாத்தாரு. நானும் அவரோட ஒட்டி நின்னென். எங்க மாருக்குமேல தர இருந்தது. மொதல்ல தெரிஞ்சது ஆடுதுறை 38தான். காணி அளவுக்கு காத்துல சொகமா அசைஞ்சிகினு இருந்திச்சி. அதுக்கந்தாண்டை பூரா மஞ்சம் புல்லுங்க.

அப்புறம்தான் அதோ சந்தரா அக்கா வூட்டுக்காரரு பொணம் போய்க்கிட்டிருக்கு.

டண்டனக்கா டண்டனக்கரன்னு மோளச் சத்தத்தோட போய்னு இருந்திச்சு. சாரா அண்ணன் திரும்பாமலேயே "ஆருவூட்டு பொணம்"னாரு. நானும் அசகொள்ளாம, "சந்தரா அக்கா வூட்டுக்காரருதான் செத்துட்டாருபோல. வெடிகாத்தால கரும்புத் தோட்டத்துக்குத் தண்ணி எறைக்கப் போனபோது நல்லபாம்பு தட்டிசிருச்சாம்."

"அடப்பாவமே சந்தரா வூட்டுக்காரன் ரொம்ப நல்லவன்னு பேசிக்கிட்டாங்களே அவனுக்கா இந்த கதி, பாவம் சந்தரா பொண்ணு"ன்னவரு என்னைத் திரும்பிப் பார்த்து, "அதுக்கு நீ ஏன் அழுது வக்கற"ன்னாரு. நான் கம்னு இருந்தன். கண்ணுல வந்த தண்ணிய தொடச்சி விட்டாரு. புது வக்கப்போரு பக்கத்துல இருந்த தொவர மெளாரு செமைங்க பக்கம் வந்தம். "நெல்லு அவிக்கணுன்னியே எத்தினி வேணுமோ எடுத்துக்கோ"ன்னு பெரிய பெரிய சொமைங்களா "ம்ம்ம்..." முக்கிகினே தள்ளித் தள்ளிவிட்டாரு.

"ஒன்னு போருன்னே"ன்னு ஒரு சொமைய மாட்டு வண்டிகிட்ட தள்ளினேன்.

"அட ரெண்டு எடுத்துட்டு போடா பாதியில் பத்தாம போச்சின்னா மறுபடியும் அலையணும்..."

ரெண்டு சொமைய வண்டியில ஏத்தினு செவுள் ரெண்டையும் நுகத்தடியில் பூட்னன்.

"நீயும் வண்டியில ஏறுனா போலாம்"ன்னேன்.

அவரு என்னை உத்து பாத்தாரு.

"மச்சான் டூ வீலர் எடுத்துக்கிட்டு வருவான். நான் அதுல வந்துர்றேன். நீ போ... அதுக்கு முன்னால ஒரு கேள்வி"ன்னாரு. ஒரு சிகரெட்ட எடுத்து பத்த வச்சிகினு ஒரு பாறையில் ஏறி உக்காந்தாரு. "சரி அந்த சந்தராவூட்டுக்காரன் பொணம் போம்போது நீ ஏன் அழுத" தம்ம லேசா இழுத்து ஸ்டைலா புகைய வுட்டாரு. எனக்கு சாரா அண்ணனை ரொம்பப் புடிக்கும். அவரு புகைவுடற ஸ்டைலே அலாதி. சிங்கம் போல ஒரு தேஜஸ். அதுல எதிராளிய அடிமை கொல்ற அன்பு விழிங்க. பெருந்தன்மையான தோரண. அவரையே நான் பாத்துகினு இருந்தேன்.

"சொல்லுடா"ன்னாரு.

வண்டிய வுட்டு கீழே எறங்கி அவரு கிட்ட வந்தன்.

“அண்ணே நான் சொல்றத பொறுமையா கேப்பீங்களா? ஒன்னும் இல்ல. போனவாரம் அந்த சக்கிலிபாளையத்துல சுப்பம்மா ஒட்டந்தழைய அரைச்சி துன்னுட்டு செத்துட்டா. அதுக்கு மிந்தி வாரம் எந்தங்கச்சி காய்ச்சல்ல படுத்தவ கண்ணை மூடிட்டா. தோ இன்னிக்கு சந்தரா வூட்டுக்காரன் நல்லபாம்பு தீண்டி பொசுக்குனு போய்ட்டான். கொஞ்சமாவது வைத்தியம் செஞ்சிருந்தா கண்டிப்பா உயிர் பொழுச்சிகினு இருப்பான். மூணு சாவுமே வைத்தியம் பண்ண முடியாம போனதுதான். நான் சொல்றது இப்போ நடந்தது. இதுக்கு முன்னால நிறைய இருக்குது. நம்ப ஊருக்கு ஒரு ஆஸ்பத்திரி இல்லையேன்னு நெனச்சேன். அழுதேன். வேற ஒன்னும் இல்லண்ணே. இன்னொரு விஷயம்னே நம்பூருக்கு மறுமலர்ச்சி நலத்திட்டம்னு ஒரு கோடி ரூபா அரசாங்கம் கொடுத்திருக்காம். அபி விருத்தித் திட்டம் நலத்திட்டம்னு கிராமத்துக்கு வேண்டிய எதவேண்ணாலும் செஞ்சுக்கலாம்னு வந்திருக்காம். நேத்து பஞ்சாயத்து தலைவரு வூட்டுக் கழனிக்கு எரு அடிக்க வண்டி ஓட்டிகினு போயிருந்தேன். அப்ப பேசிகிட்டாங்க. கவுன்சிலரு மெம்பருங்ககிட்ட சொல்லிட்டேயிருந்தாரு; ஏதோ ரோடு வேலை செய்யலாம்னு. தலைவரு மெம்பருங்க எல்லாம் கோடி ரூபாய பிரிச்சி பிரிச்சி சக்கிலிபாளையம், செம்படத்தெரு, கொசத்தெரு, வாணியத்தெரு, கவுண்டர் தெரு, செட்டியார் தெரு, ஒட்டத்தெரு, பெரிய தெரு, முதலியார்தெரு, அம்பட்டந்தெரு, வண்ணாரத்தெரு, புதுப்பறச்சேரி, பழையப் பறச்சேரின்னு எல்லாத்துக்கும் புதுசா ரோடு போடலாம்னு பேசிக்கிட்டிருந்தாரு. எனக்க ஒரு ரோசணை தோணிச்சி. அந்த கோடி ரூபாய்ல இந்த ஊருக்கு ஒரு ஆஸ்பத்திரி கட்டணா எப்படியிருக்கும்னு நெனச்சேன். அங்க பேசினா வண்டிக்காரன் வந்த வேலைய வுட்டுட்டு மிஞ்சின பதார்த்தம் மாதிரி வாயாடறான்னு திட்டுவாங்க. அதனாலதான் கொடுத்த ‘சத்தங்காசை’ ஜோபியில போட்டுகினு வண்டிய ஓட்டிகினு வந்துட்டன். தோ உங்கிட்ட சொல்றன். நீதான் இத எப்படி செய்யணுமோ யாராருகிட்ட பேசணுமோ பேசி ஏற்பாடு பண்ணணும். நான் உனக்கு முழு உத்தாசையா இருப்பண்ணேன்னு” சொன்னன்.

அவரு தம்ம தூக்கியெறிஞ்சிட்டு பாறைய வுட்டு கீழ குதிச்சி என் கையப் புடிச்சி என்னை அவ்வளவு ஒரு அன்பா பாத்தாரு, “நீ ரொம்ப நல்லவன்டான்னாரு. கவர்ன்மெண்ட் பணம் ஒரு கோடி ரூபா நம்பூருக்கு வரப்போவுதுன்னு எனக்குத் தெரியும். ஆனா இந்த யோசனை எனக்கு வரலையே. ஒன்னு தெரியுமா எங்கே நல்ல விஷயம் மின்னல் மாதிரி தெரிச்சி வருதோ அதக்கண்டு எல்லோரும் ஆச்சரியப்படுவாங்க. மொதல் வேலையா அத ஏத்துக்குவாங்க. இதை யூனியன் பிடிஓ... கவுன்சிலரு, மெம்பரு

தலைவரு எல்லாருகிட்டயும் நாம்ப பேசுவோம். கண்டிப்பா பலன் கெடைக்கும். கவலைப்படாம போடான்"ன்னாரு.

"டேய் டேய் ஒரு நிமிஷம் இங்க வாடா. கையைக் காட்டு. ஒரு வண்டியோட்டறவன் பெயிண்ட் அடிக்கறவன் கையில வாட்ச் இல்லைன்னா நல்லா இல்லையே இந்தா இப்படி கையைக் காட்டு"ன்னாரு. "வேணான்"ன்னேன். வலுக்கட்டாயமா கையை இழுத்து வாட்சைக் கட்டிவிட்டுட்டாரு. அவருக்கு நான் என்ன பெரிசா செஞ்சிட்டேன். நம்ப பேர்ல இவ்வளவு அன்பு காட்டறாரேன்னு தோணிச்சி. புதுப்புது சைக்கிள்ல வெறும் பேர் எழுதினு இருந்த என்னைக் கூப்பிட்டு அவரோட அரண்மனை மாதிரி இருக்கற வீட்டுக்கு டிசைன் டிசைனா பெயிண்ட் அடிக்கவச்சி இன்னிக்கு ஒரு பெயிண்டரா கோயில் கோபுரத்துல இருக்கற சிலைக்கெல்லாம் போய் பெயிண்ட் அடிச்சி என்னோட திறமைய காட்றேன்னா, அதுக்கு அவர்தானே காரணம்.

காலங்காலமா நம்ப பேர் சொல்ற மாதிரி ஆத்தா மாரியாத்தாவோட படம் ஒன்னு கோட்டமேட்டு மதில்ல வரைஞ்சி வக்கணும்னு ரெண்டு வருஷத்துக்கு முந்தியே ஜெளண்டில்மரம் துரிஞ்சமரம் பீரோஜா, பட்ரோஜால்லாம் அடந்து கெடக்கிற எங்கூட்டு தோட்டத்துக் குழியில ஊரவச்ச சுண்ணாம்பு அது. கிளிஞ்சலை நல்லா சுட்டு ஒரு கல்கூட இல்லாம நல்ல மாவு பதத்துல நீத்தி வச்ச சுண்ணாம்புங்கூட.

அன்னக்கூடை நிறைய ரொப்பிகினு காட்டுமொகனைல இருக்கற ஆத்தங்கரை கோட்ட மேட்டு மதிலுக்குப் போனன். ரொம்ப பெரிசு அது. ரெண்டு ஏணிய போட்டு ஏறி நின்னு சுண்ணாம் போட மணலைக் கலந்து மொதல் பூச்சை முடிச்சேன். இரண்டாவது பூச்சுல நைஸ் மணலைக் கலந்து பூசுனேன். அப்புறம்தான் மை மாதிரி இருந்த சுண்ணாம்பைப் பூசினேன். அப்பாடா பொம்ம வரையறதுக்கு ஏத்த மாதிரி வந்துடுச்சி. அந்தச் சுண்ணாம்பு சாந்துல முழுசா மனச நிறுத்தி சாரா அண்ணனோட மொகத்த கோட்டுருவமா வரைஞ்சேன். வங்கி வங்கியா உசந்து நிக்கற கோர முடி படர்ந்த நெத்தி, வில்லுமாதிரி புருவம். கருணையும் இரக்கமும் அடர்ந்த அன்பு விழிங்க. கூரான பெரிய மூக்கு. தைரியமா நிமிந்து நிக்கற மீசை. அப்புறம் சின்ன உதடுங்க. பெருந்தன்மையான தாடை பாவம், மாராண்ட வந்து நிறுத்தினேன். ஈரம் காயரத்துக்கு முன்னாடியே வர்ணங்களையும் பாத்து பாத்து தீட்னன். சுண்ணாம்பு சாந்து அடுக்கு அடுக்கா இருந்ததால நிறுத்தி நிதானமா அழுத்தி வரைய வரைய ஈர சுவத்துல சுண்ணாம்பு ஓவியம் உறுதியா பதிஞ்சது. காஞ்ச பிறகு நல்லாவே வந்திருந்தது அதுபோதும். வீட்டுக்குத் திரும்பினேன். இனிமே பச்சையம்மா கோவிலுக்குப் போறவங்க யாரும் ஏழு

காவு ⌘ 25

கன்னிமாரு செலையப் பாத்து பயப்படத் தேவையில்ல. ஏன்னா அங்கதான் சாரா அண்ணனோட சித்திர உருவம் இருக்குதே. அது பாத்துக்கும் எல்லாரையும்னு நெனச்சேன்.

மாட்டுக்குத் தண்ணி காம்பிச்சிட்டு ரெண்டு மாட்டுக்கும் வைக்க அள்ளி போட்டுட்டு ஒட்டுத்திண்ணையில செத்த அசந்தன். கண்ணு சொருவிச்சி அவ்ளோ அசதி.

மறுநா நெல்லு அவிச்சிகினு இருந்தென். வானத்துல மேகமெல்லாம் அசகொள்ளாம பெரிசு பெரிசா மலை மலையா நின்னுருந்திச்சி.சாரா அண்ணனோட படம் நல்லா வந்திருச்சிங்கற பெரும ஒரு பக்கம் இருந்தாலும் மூளைக்காய்ச்சல்னாலவா இல்ல என்ன காய்ச்சல்னே தெரியல, ஏதோ ஒன்னு என் தங்கச்சிய என் செல்லத்த அடிச்சி போட்டுடிச்சேன்னு கவலை ஒரு பக்கம். வலி வலியா என்னை அரிச்சிக்கிட்டு இருந்திச்சி. நான் உடைச்சி உடைச்சிக் கொடுத்த தொவர மெளாரு அம்மா நெல்லு கொப்பரையத் தாங்கி நிக்கற எஃகு சிலிண்டருங்க இடை இடையில நெருப்புல போட்டாங்க. அது திகுதிகுன்னு எரிஞ்சது. நெருப்பு நாக்குங்க பாம்பு மாதிரி படம் எடுத்து ஆடிச்சிங்க. ஜ்வாலையையே நான் பாத்துகினு இருந்தேன்.

அந்த செஞ்சுவாலையைப் பாக்கப் பாக்க எங்கண்ணு மெல்ல மெல்ல செவக்க ஆரம்பிச்சது. மினிஸ்டருங்க எம்எல்ஏங்க... அதிகாரிங்க எம்.பிங்க எல்லாருகிட்டயும் எத்தினி எத்தினி விண்ணப்பங்க இந்தக் கையால எழுதி எழுதிக் கொடுத்திருப்பேன். போன முறையே ஆஸ்பத்திரி வந்திருக்கணும். ஏன்னா இந்த கிராமத்தோட தொகுதி எம்எல்ஏதான் சுகாதார அமைச்சரு. ஓட்டு வாங்கிகிட்டு நன்றி கூட்டத்துக்கு வந்த கையோட சொன்னாரு எதுவா இருந்தாலும் பதினைஞ்சி பைசா கார்டு போடுங்க. நான் செய்யறன்னாரு. கார்டு விலை இருபத்தி அஞ்சி ஆவர வரைக்கும் வாராவாரம் எழுதி எழுதிப் போட்டு காசுதான் வீணாப்போச்சி. கார்டுதான் காணாமப்போச்சி. அதுக்கப்புறம் மறுபடியும் மறுபடியும் தேர்தல் வந்துகினே இருந்தது. மறுபடியும் மறுபடியும் எம்எல்ஏங்க எம்.பிங்க வந்தாங்க. மறுபடியும் மறுபடியும் மனு கொடுத்துகினே இருந்தென். அவங்கள்லாம் மறுபடியும் மறுபடியும் கண்டுக்காம போய்ட்டே இருந்துட்டாங்க. இந்த மொரா ஊருக்கு வந்திருக்கிற மறுமலர்ச்சி திட்டத்துல செய்ய வேண்டியது ஆஸ்பத்திரி மட்டுந்தான்னு நான் முடிவு செஞ்சன். இதுக்கு எது தடை வந்தாலும் அத ஒரு கை பாத்துற வேண்டியதுதான்.

தங்கச்சி கருமாதிக்கு அப்படி இப்படின்னு அலைஞ்சதாலே ரெண்டு நாளு வீட்லயே வேலை சரியாயிருந்தது. அதுக்கப்புறம்

நாலாநாளுதான் வண்டிச் சத்தம் ஆரம்பிச்சேன். நடுவுல ஒரு நா சாரா அண்ணன் என்னைத் தேடி வந்ததாகச் சொன்னாங்க. ஆனா நா வூட்ல இல்ல அப்ப. சின்னமுத்து தம்பியோட மல்லாக்கொட்டை மூட்டைங்களை ஏத்திகினு லோட்டரிக்கு போனன். ஊருக்கு ஆஸ்பத்திரி வருது வருதுன்னு ஊரே பேசிகிதுன்னு அங்க பேசிக்கிட்டாங்க. மல்லாட்ட உடைக்கற தெய்வசிகாமணிகூட சொன்னான், நம்பூருக்கு ஆஸ்பத்திரி வரப்போவுது. அதுக்கு சாராதான் டீக்கடைல தெரு முக்குல, லைப்ரரி வாசல்ல, மந்தவெளி கொடிக் கம்பத்துங்கீழல்லாம நின்னு நின்னு எல்லாருகிட்டயும் பேசுதுன்னு. எனக்கு கொஞ்சம் தெம்பு வந்துச்சி. தண்டபாணி செட்டியார் வீடு கட்டறார்னு செங்கல் சத்தம் அடிக்கப் போயிருந்தேன். "என்னடா ஊருக்கு ஆஸ்பத்திரி வரணும்னு ஒத்தக்கால்ல நிக்கறயாமே"ன்னாங்க. லோட்டரிக்கு சம்முவம் அண்ணன்ந்து மல்லாகொட்ட ஏந்திகினு போனன். அங்க தெய்வசிகாமணி "நீயும் சாராவும் ஊருக்கு ஆஸ்பத்திரிய கொண்டாந்துட்டுத்தான் மறு வேலைய பாப்பீங்களாமே"ன்னான். புதுசா கட்டற டூரிங் டாக்கீஸ்க்குத் தரை டிக்கட் உக்கார மணல் அடிக்கப் போனன். அங்க வச்சி கொட்டா மொதலாளி, "பரவாயில்லைடா உன்னை மாதிரி ஆளுங்கள்லாம் இறங்கி நின்னாதான் ஆஸ்பத்திரி வரும்டா"ன்னாரு.

பள்ளிக்கூடத்து எட்மாஸ்டரு கூட ஒரு நா வழியில் கூப்பிட்டு சர்க்கார் கெணத்துக்கிட்ட வச்சி விசாரிச்சாரு. "இந்த முயற்சிய வுட்டுராதீங்க. சாரங்கபாணி ஊரு முழுக்கக் கௌப்பி வுட்டுட்டான். ஆஸ்பத்திரி வரப்போவுதுன்னு வரப் போவுதுன்னு. நீங்க ரெண்டு பேரும் சேந்து அத உண்மையாக்கிடணும்"னு சொன்னாரு. எனக்கு குஜாலமாகூட இருந்திச்சி. ஏன் தெரியுமா என் ஒரு வார்த்தைய பெரிசா எடுத்துக்கிட்டு அத ஊரு பூரா பரப்பிடுச்சே சாரா அண்ணன். எவ்வளவு பெரிய விஷயம். இத்தினிக்கும் அவங்க வீட்ல கரும்பு வெட்டறபோதுதான் கழிச்ச சோகைங்களை வண்டி வண்டியா ஏத்திகினு அவங்க வீட்டுப் பக்கத்து காலி மனையில் போட்டுப் போட்டுப் போன ஒரு வாரத்துல தான் எங்களுக்குப் பழக்கமே. அப்புறம் அவங்க வீட்ல ஏதோ விசேஷம்னு பெயிண்ட் அடிக்கப் போம்போதுதான் என்னோட ஒரு ஒரு வளைவையும் நெளிவையும் கோட்டையும் கலரையும் பிரஷ்ஷோட பொறுமையும் வேகத்தையும் அழகையும் பாத்து என்னை நல்லா பாராட்டனாரு. வாடகை சைக்கிளுக்கு பேரு எழுதிகினு இருந்த என்னைக் கூப்பிட்டு அரண்மனை மாதிரி ஒரு வூட்டைக் கொடுத்து அடிறா பெயிண்டைன்னா எப்படியிருக்கும். அதான் அதான் முழு திறமையும் முழு கவனத்தையும் அர்ப்பணிச்சென், நல்ல சாப்பாடு. நல்ல கவனிப்பு. தெனம் தெனம் சாயங்காலம் பெயிண்ட் அடிச்ச அன்னன்னிக்கு

சாயங்கால மெல்லாம் மதகுல போய் குளிப்பன். அப்ப அவரு வருவாரு, பேசுவாரு, உலகம், அரசியல், சினிமா, பெயிண்ட், சொந்தபந்தம், சமுதாயம்னு ஏதாவது பேசினே இருப்பம். தோ இப்ப அவ்வளவு ஒரு அந்நியோன்யமா ஆயிட்டாரு. ஒரே வாரத்துல ஊருக்கு ஆஸ்பத்திரி வர்றதைப்பத்தி என் பேச்சை ஊரு பூரா பரப்பி விட்டுட்டாருன்னா பாத்துக்கோங்களேன்.

சாரா அண்ணன் கூப்பிடறாருன்னு குளத்தங்கரைக்குப் போனன். நிழல் நிழலா கடந்த பாதையெல்லாம் பழுப்பு பழுப்பு ஆல இலைங்க பச்ச ஆல இலைங்க விழுந்து கிடந்துச்சு. நல்ல இலைங்களா பாத்து ஆச்சாரி தெரு பாட்டிங்க ரெண்டு பேரு (அதுல ஒருத்தங்க எங்க வீட்டுக்கு வந்து கைமுறுக்குக் சுட்டுத் தந்துட்டுப் போவாங்க அப்பப்ப...) தங்களோட கூடைங்கள்ல எடுத்துப் போட்டுகிட்டிருந்தாங்க. அவங்களுக்கு என்ன குறை. பெரிய பெரிய மாடி ஊடுங்க இருக்கு. தங்க நகை செய்யறதுல நல்ல வரும்படி. ஆனாக்கா இந்தப் பாட்டிங்க வயசான காலத்துலயும் இலை தச்சி வித்தாவது கை செலவுக்கு அடுத்தவங்களை எதிர்பார்க்காத தன்மைய நெனச்சி ஆதரவா சிரிச்சிக்கிட்டேன்.

நீளநீளமான படிகட்டுல உக்கார்ந்துகினு தண்ணியையே பாத்துகினு இருந்த சாரா அண்ணன் சருகு சத்தம் சலசலக்க என்னைப் பாத்தாரு. "தெள்ளோடை நெலத்த விலைக்கு பேசறதுக்காக ஒரு வாரமா அலைஞ்சிட்டிருந்தேன். அதான் உன்னைப் பாக்க முடியல கோபாலு. அந்த நெலத்தையும் வாங்கிட்டா இந்த ஊருலயே அதிக நெலம் நம்புளுதுதான் தெரியுமா. அப்புறம் காட்டுமுனை கோட்டை மேட்டு மதில்ல நீ வரைஞ்சி வச்சிருக்கற என்னோட படம் அரும கோபாலு. உன்னை என்ன சொல்றதுன்னே தெரியல எனக்கு. இது கையில்ல, அந்த பிரம்ம தேவனோட எழுதுகோல் கோபாலு"ன்னு என்னோட கையை எடுத்து கண்ல ஒத்திகிட்டாரு சாரா அண்ணன். அப்புறம் இருந்து மெல்ல பேசனாரு, "உனக்குத் தெரியும். அந்தத் தெள்ளோட நெலத்த வாங்கணும்னு நான் எவ்வளவு ஆசையாயிருந்தேன்னு. என்னவோ அது கைவிட்டுப் போயிடுமோன்னு பயமாயிருக்கு கோபாலு, திடுதிப்புனு நீ வரைஞ்ச படத்த பாத்ததும் எல்லா ஆசையும் பறந்தோடிடிச்சி. நான் இந்த உலகத்தையே வாங்கிட்ட மாதிரி ஆயிடிச்சி கோபாலு" என்று மேலும் சிரிச்சவரு சொன்னாரு, "நாம இப்ப நம்ம யூனியன் பிடிஓவைப் பாக்கப் போறோம்"னு. விறுவிறுன்னு நடந்தே போனோம்.

"ஒரு பிடிஓங்கற மொறைல நான் சொல்றது இதான். நீங்க இந்த விவகாரத்த விட்டுறத்து நல்லது. ஏன்னா இந்த ஊரோட உபதலைவர், மெம்பருங்க கட்சிக்காரங்க எல்லாம் உக்காந்துகிட்டு

இருக்காங்க. 'ஊழலை ஒழிப்போம் ஒழிப்போம்'னு ஒரு வேலையும் டெண்டரும் வராததால ஆளுங்கட்சி மெம்பருங்க தலைவருங்க எல்லாம் கடுப்பா இருக்காங்க. இந்த மறுமலர்ச்சித் திட்டத்துலதான் நாலு காசு பாக்கணும்னு ஆசப்படறாங்க. அதிகாரிங்களுக்கு ஒரு பத்து இருபது பர்சன்ட் கெடைச்சா அதுவே பெரிய விஷயம். நடுவுல நீங்க வேற வந்து குறுக்குசால் ஓட்டாதீங்க. நாளைக்கு மனு வாங்க கலெக்டரு சில முக்கியமான ஊருங்களுக்கு நேர்லயே வாராரு. அதுல நம்பூரும் ஒன்னு. முடிஞ்சா ஒரு மனு கொடுத்து விடுங்க பாக்கலாம்."

சாரா அண்ணன் வேகமாய் ஓடிப்போய் பிடிஓவின் சட்டையைப் பிடித்தார். "என்ன தைரியம் இருந்தா என்னை மாதிரி ஒரு பப்ளிக் எதிருக்கவே மறுமலர்ச்சித் திட்டத்துல காசு பாக்கணும்னு சொல்லுவே. நாளைக்கு கலெக்டர் வரட்டும் உங்களை எல்லாரையும் ஒன்னுல ரெண்டு பாத்துடறேன்" ன்னு எகிறும்போது பஞ்சாயத்து போர்டு மெம்பருங்க அவரை இழுத்து விட்டாங்க.

"என்ன சாரங்கபாணி இது ரசாபாசம் ஆக்கிட்ட."

"நீங்க சொம்மாருங்க. எல்லாரும் சேந்து பொதுமக்களை ஏய்க்க பாக்கறீங்களா— அதுக்கு நான் வுடமாட்டன்."

"சரி போப்பா, உன்னால ஆனதை பாத்துக்கோ போ"ன்னாங்க.

நாங்க ரெண்டு பேரும் மந்தவெளில டீக்கடைல, ஒரு கல்யாண பத்தியில, பஜார்ல லைப்ரரி வாசல்னு எங்க பாத்தாலும் இதப்பத்தி பேசினோம். 'எங்க ஆதரவு உங்களுக்கு உண்டு'ன்னு ஜனங்க சொன்னாங்க.

கொல்லக் கெணத்துல தண்ணீர் சேந்திகினு இருக்கும்போது சாயந்தரம் ஆறு இருக்கும். அந்திக்கருக்கலில் குளிக்கறது ரொம்ப இதம் எனக்கு. ஒரு ஆள் வந்தான். காதோட ஒரு சமாச்சாரம் சொன்னான். சாயங்காலம் ஒரு மொற குளிச்சிட்டா நான் எங்கியும் வெளியில போறதில்ல. அதனால "சாரா அண்ணங்கிட்ட இப்போ வரமுடியாதாம். நாளைக்கு வரன்னு சொல்லிடு"ன்னு சொன்னன். அதுக்கு "எனக்கு வேலையிருக்கு அத நீயே போய் சொல்லிட்டு வந்துடு"ன்னு சொல்லிட்டு அவன் போய்ட்டான்.

சரி எதுனா முக்கியமான விசயமாத்தான் இருக்கும்னு வண்டிய பூட்டிக்கிட்டுக் கிளம்பிட்டன். காட்டு மொகனைல சாரா அண்ணன் நின்னிட்டிருந்தாரு. இருட்டாயிருந்தாலும் லாந்தர் வெளிச்சத்துல அவரு மொகம் நல்லா தெரிஞ்சது. "இலுப்புத்தோப்பு மச்சூட்ல ஊர்த்தலைவரு உல்லாசமா

இருக்கற எடத்துக்குத்தான் இப்போ போறோம்"னாரு. "என்ன விசயம்"னேன். "தலைவரு எங்கிட்ட தனியே பேசணும்னு சொன்னாராம்." "தனியாத்தானே உங்கிட்ட பேசணும்னு கூப்பிட்டிருக்காரு அப்ப நா எதுக்கு"ன்னேன். "ஒன்னுமில்ல எதுக்கும் ஒரு பந்தோபஸ்துக்குத் தான்''னாரு. "கவலைய வுடுங்கன்னு"ஒரு மொளக்குச்சிய வண்டியிலிருந்து கழட்டி எடுத்து ஒரு சொழட்டு சொழட்டிக் காம்பிச்சேன். "எவன்னா கைய வச்சா அவ்வளவுதான். அவனை ஒரே போடுதான்"னேன். 'ஹிஹி ஹின்னு' சிரிச்சி "அது போதும்னாரு."

ரொம்ப தூரம் போய்கிட்டே இருந்தோம். ஒரு இடம் வந்ததும்,"வண்டிய நிறுத்து"ன்னாரு."நீவராத நான் போறன். அதோ இருக்கு ஊர்த் தலைவரு மாங்கொல்லை வூடு. எதுனான்னா ஒன்னு சத்தம் போடறேன். அப்புறம் வாடா"ன்னாரு.

அவரு மெல்ல நடந்தாரு.

எடுத்து வந்த லாந்தரை நல்லா ஏத்திகிட்டேன். எனக்கு இருட்டு பயமாயிருந்திச்சி. எதிர்ல காட்டுக்குள்ள ஒரு ஒத்தையடிப்பாதை போச்சி. காட்டுங்குள்ள தனியே போற இந்த மாதிரி ஒத்தையடி பாதைங்களுக்குத்தான் எவ்ளோ தகிரியம். எனக்கு அதிசயமாகியிருந்தது.

கா மணி நேரம். அர மணிநேரம் ஒரு மணிநேரம் ஆயிடுச்சி. வானத்துல வேற அப்பப்ப மின்னலும் இடிச்சத்தமும் கடமுடா தடமுடான்னு ஒரே ரகளை. அப்படி என்னதான் பேசினாங்க. ஒருக்கா சாரா அண்ணனை அடிச்சிப் போட்டுட்டாங்களா? அடப்பாவிங்களா! சதிப் பண்ணீட்டீங்களேடா . . . நினைச்சபோதே எனக்கு பகீல்னு ஆயிருச்சி. எனக்கு அப்பவே தோணிச்சி. கூடவே போலாம்னு. இப்ப இந்த மாதிரி ஒன்னு கெடக்க ஒன்னு ஆயிடுச்சே. நாளைக்கு அப்புறம் எப்படி ஆஸ்பத்திரி வேலைங்களை முன்ன நின்னு முயற்சி பண்றது. எனக்கு ஆஸ்பத்திரி முக்கியம். எனக்கு இன்னா எனக்கு இல்லை. எங்க ஜனங்களுக்கு. எங்க ஊருக்கு எங்க வட்டாரத்துக்கு. ஆஸ்பத்திரி வேலைல எது குறுக்க நின்னாலும் ஒரு கை பாத்துர வேண்டியதுதான். அதுவும் சாரா அண்ணன் எவ்வளவு நல்லவரு.

லாந்தர எடுத்துக்கினு எறங்கி நடந்தேன்.

எதிர்ல ஏதோ சத்தம் "யாரது"ன்னேன்.

சலசலன்னு சருகுல கால்வச்சி நடந்து வர்ற சத்தம்.

"நான்தான்டா"ன்னு குரல். சாரா அண்ணனோட குரல்தான். அப்பாடான்னு ஒரு நிம்மதி. அவரு மொகம் அவ்ளோ சந்தோஷமாயிருந்திச்சி.

அவரோட சிரிச்ச மொகத்த பாத்தபிறகு தான் எம்மொகமும் மலர்ந்துச்சி. "ஏன்னே இவ்வளவு நேரம்"னேன். "சொல்றேன் ஆனா நான் சொல்றதையெல்லாம் பொறுமையா கேப்பியா"ன்னாரு.

"கண்டிப்பா கேக்கறேண்ணே இந்த உலகத்துல இப்ப எனக்கு இருக்கற ஒரே துணை நீதாண்ணே. நீ சொல்லுண்ணே எதுவொன்னாலும் சொல்லுண்ணே கேக்கறேன்"ன்னேன்.

வண்டிய கிளப்பினன். மாடுங்க இருட்டுல லாந்தரு வெளிச்சம் மட்டும் விழுற பாதைல மெரளாம போச்சிங்க.

ஆத்தங்கரை மொகனைக்கு வந்தோம். பச்சம்மா கோவில் கன்னிமாரு சிலை கிட்டே வண்டி வந்ததுமே, "வண்டிய நிறுத்துறா"ன்னாரு. கோட்டமேட்டு மதிலுகிட்ட வந்ததுமே வண்டிய நிறுத்துனேன்.

அவரு பேச ஆரம்பிச்சாரு.

"தலைவரு எங்கிட்ட எவ்ளோ மரியாதையா பேசனாரு தெரியுமா. நான் தெள்ளோடை நிலத்த இழந்ததைப் பத்தி… அத மீக்க பாடுபடறதப் பத்தி… அதுக்கு காசில்லாம நிக்கறத பத்தி… நான் கஷ்டத்துல இருக்கறது பத்தியெல்லாம் அவரு பேசனாரு தெரியுமா அதோட இல்ல. நாளைக்கு அத மொத வேலையா வாங்கச் சொல்லி நான் கேட்ட விலைக்கே கொடுக்க ஏற்பாடு பண்ண அவராச்சின்னும் ரிஜிஸ்தர் செலவு மொதகொண்டு எல்லாத்துக்கும் தான் பொறுப்புன்னு சொன்னாரு கோபாலு. இப்போதைக்கு கைச்செலவுக்கு வச்சுக் கோன்னு பத்தாயிரத்த லபக்குன்னு எடுத்து கொடுத்துட்டாரு கோபாலு. ஆனா இதுல பத்துக்காசு எனக்கு வேணாம் கோபாலு. இது உனக்குத்தான். நாளைக்கு நீயும் மாட்டு வண்டிய நல்லா ஓட்டணும். காங்கேயம் காளைங்க என்ன விலை ஆனாலும் வாங்கிக்கோ கோபாலு. மேல எவ்வளவு ஆனாலும் நான் வாங்கித்தரேன். ஆனா ஒன்னு என்னைப் பாத்து தலைவரு சொன்னாரு கோபாலு. அந்த கோபாலு பையனோட சேராத மொட்ட பெட்டிசன் எழுதிகினு உருபடி இல்லாம திரிஞ்சிகின இருக்கறவன். அவனோட சேந்து நீயும் திரிஞ்சி கடைசில கெட்டு கீரை விக்கத்தான் போகணும்னு சொன்னாரு கோபாலு. நீ நல்லபடியா செட்லு ஆகறதுக்கு இன்னும் எவ்வளவு வேணுமோ கேளு கையோட வாங்கிட்டு வந்துடறேன் கோபாலு. என்ன கோபாலு அப்படி பாக்குற…"

"அப்போ இந்த மொறையும் நம்பூருக்கு ஆஸ்பத்திரி வராதா…"

"என்ன கோபாலு. அப்படி கேட்டுட்ட. இந்த மொற இல்லன்னா அடுத்த மொற. ஒன்னு தெரியுமா ஆஸ்பத்திரின்னா

யாருனா ஒருத்தன்தான் காண்ட்ராக்ட் எடுத்து சம்பாதிக்க முடியும். அதையும் முழுசா பில்டிங் கட்டி நிக்க வக்கணும். கொடுக்கற காசு கிட்டத்தட்ட சரியா போயிடும். ஆனா ஊருக்குள்ள ரோடு போடறதுன்னா ஏதோ ஒன்னும் பாதியுமா போட்டா கேக்கறதுக்கு ஆளு இல்ல. ஒரு பர்லாங்குன்னு ஒர்க் ஆர்டரு போட்டா பத்து பதினைஞ்சி கட்சிக்காரங்க குடும்பமாவது ஒழுங்கா அனுபவிக்கும். வேணும்னா நீயும் நானும்கூட ஒரு ஒரு பர்லாங் வேலையும் வாங்கிக்கலாம். அந்த அளவுக்கு பேசிட்டு வந்திருக்கேன். தரன்னு சொல்லியிருக்காரு. ஆஸ்பத்திரி கட்டலாம். இந்த ஸ்கீம் இல்லைன்னா அடுத்த ஸ்கீம்...”

“இப்படியே நிறைய ஸ்கீம் போயிடிச்சின்னே. அப்போ நாளைக்கு கலெக்டரு வந்தா மனு கொடுக்க வேணான்றீங்களா...”

“முடியாதுன்னேன், கலெக்டர் நாளைக்கு நம்பூருக்கு வரப்போறதில்லை. வரவேணான்னு போன்ல சொல்லியாச்சி. ஏன் தெரியுமா. ரோடெல்லாம் சரியில்ல குண்டும் குழியுமா இருக்கு. நேரா பெரிய கிராமத்தை மட்டும் பாத்துட்டு அப்படியே மெயின் ரஸ்தாவுலேயே போக ஏற்பாடு பண்ணியாச்சி. அது மட்டுமில்லாம நடுரோட்ல பஸ் ஒன்னு மேலே மரம் விழுந்து ரோடு பிளாக் ஆகியிருக்குன்னு சொல்லியாச்சி. அவரும் சரின்னு சொல்லிட்டாராம்”.

“அப்போ முடியாதுன்றீங்களா...”

“முடியும் கோபாலு நீயும் நானும் நல்லா வாழ முடியும். இந்தா இத வச்சுக்க. என்ன கோபாலு அப்படி பாக்குற பொதுப்பணத்த சாப்பிட்டா சாமி ஒன்னும் கண்ண குத்திராது. எங்கே உன் சட்டை பாக்கெட்டு... காட்டு”ன்னு பாக்கெட்ல பணத்த செருகி விட்டுட்டாரு.

“தோபாருண்ணே நம்பூருக்கு ரோடு இல்லைன்னு யாரும் அழுவலேண்ணே. நம்பூரு வழியா போற தார்ரோடு அந்தாண்டை அவலூர் பேட்டை திருவண்ணாமலையிலிருந்து இந்தப்பக்கம் செஞ்சி திண்டிவனம் போய் தொடுதிண்ணே. நம்பூருக்கு மிஞ்சி போனா பத்து பாஞ்சி பஸ் வருது அதுவும் ஊருக்குள்ள சுத்தரத்தில்ல. நேரா வந்து நேரா போய்டுது. அது எதுக்கு இவ்ளோ ஆர்ப்பாட்டம். எனக்கு மருத்துவமனை முக்கியம்ணே. தோணி தொலங்கி என்னிக்கோ ஒரு நாள் இந்த மாதிரி வாற நல்ல நல்ல திட்டங்களை அமல்படுத்தும்போது ஜனங்களை நேரா விசாரிச்சி அவங்களுக்கு நெஜமாலுமே என்ன தேவைன்னு தெரிஞ்சி செய்யணும்ணே அதான் முக்கியம். சும்மானா பணத்தை வாரி

இறைச்சிட்டா ஆச்சா. ஆனா நீங்க இப்படி திடீர்னு கிறுக்கு மாங்க்காவா மாறுவீங்கன்னு நான் நெனைக்கலேண்ணே..."

"சமுதாயத்தைப் பத்தி நீ தெரிஞ்சிக்க வேண்டியது நிறைய இருக்கு கோபாலு."

"சமுதாயத்தைப் பத்தி மக்களோட கஷ்டங்களைப் பத்தி தெளிவான பார்வை எனக்கு உண்டு. எனக்கு ஆரும் உபதேசம் சொல்ல வாணாம். கடைசியா ஒரு கேள்வி. நாளைக்கு பக்கத்தூருக்கு போயாவது கலெக்டரு பாத்து பேசணும் வர்றீங்களா..."

"என்ன விளையாடறியா கோவாலு. இவ்ளோ தூரம் சொல்றன். எனக்கு தெள்ளோடை நெலம் முக்கியம். உனக்கும் ஒரு ஜோடி காங்கேயம் காளை வாங்கிட்டியானா வண்டி ஜோரா சல்லுன்னு போவும்... சட்டுன்னு சொல்லு."

"என்னை மன்னிச்சிடுங்கண்ணே..." என்று ஒருவிதமான வெறியோடு கையிலிருந்த தடித்த மொளக்குச்சியெடுத்து ஒரே போடுதான் போட்டேன். வண்டியைவிட்டு சுருண்டு கீழே விழுந்தாரு. கீழே குதித்து அவரின் கழுத்தாம்பட்டையிலும் தோளிலும் மாரிமாரி விளாசினேன். எழுந்திருக்க முடியாமல் "என்னடா கோபாலு"ன்னாரு.

"நாளைக்குக் காலைல ஊரு ஜனத்தையே கூட்டிகினு கலெக்டருகிட்ட போப்போறேன். எல்லார் கையிலேயும் மனு மருத்துவமனை மட்டும்தான் வேணும்னு மனு. வரண்ணே அதுக்குள்ள இன்னும் ஒரு அடி மரண அடி கொடுத்துடறண்ணே உங்களுக்கு..."

ராத்திரியெல்லாம் சரியான மழை. இடின்னா இடி. அப்பேர்குந்த இடி. மழ சொழட்டி சொழட்டி அடிச்சது. பளபளான்னு யாரோ வானத்துல இருந்து டார்ச் லைட் அடிச்சிப்பாக்கற மாதிரி மின்னல்.

மறுநாள் காலைல மலை கூட்டுரோட்டுக்கு ஊர் ஜனங்களையெல்லாம் அழைச்சிட்டு போனேன். அந்த வழியாத்தான் கலெக்டரு வரார்னு மதியம் வரைக்கும் காத்திருந்தோம். சரியான வெயில் வந்தது. மதியம் மாதிரியும் பசியோட இருந்தோம். தேப்பைத்தேப்பையா கூட்டம் நின்னிருந்தது. ஆனா கலெக்டரு வர்றலை. பரவாயில்ல அதனாலென்ன. "இன்னொரு நாளைக்கு இன்னொரு மொற பாத்துக்கலாம்"னு எல்லாரையும் நான் சமாதானப் படுத்துனேன். கலெக்டர் புரோக்ரோம் எதனால கேன்சல்னு தெரியலை. ஜனங்கள்ளலாம் என்னை சமாதானப்படுத்துனாங்க. எனக்கா

ஆத்திரமாயிருந்துச்சி. அமைதியா நடையக் கட்னன். எல்லாரும் என்னோட நடந்தாங்க.

ஒரு நாலு மணி வாக்குல ஊர் திரும்ப குள்ள டண்டனக்கர – டண்டனக்கரன்னு ஏதோ சத்தம் கேட்டது. கூடவே டமால் டமால்னு வேட்டுச் சத்தம் வானத்த பொளந்தது. அந்தப் பக்கம் போன ஒரு ஆளை கூப்பிட்டு யாரு பொணம் போவுதுன்னு கேட்டன். ஜனங்களே சொன்னாங்க.

"உனக்கு வெசயம் தெரியாதா நம்ம சாரங்கபாணி. அதான் உன் உயிர் தோஸ்து ஆத்தங்கரை காட்டுமொகனைல கோட்டமேட்டு மதில்ல நீ படம் எழுதியிருந்தியே அந்த இடத்துல மணல்ல செத்துக் கிடந்தாரு. ராத்திரி இடி விழுந்திருக்கு. அதான் யாருக்கும் சொல்லியனுப்பாம கூட பொணத்த எரிக்க எடுத்துட்டுப் போறாங்க. இது வொன்னும் பெரிய சாவு இல்லையே. இடி விழுந்து செத்த பொணத்துக்குப் போய் ஈமச்சடங்கை விமரிசையா பண்ணுவாங்களா என்னா?" என்றார்கள்.

"ஆஸ்பத்திரி வரதுக்கு சாரா அண்ணன் போராடினாரு. ஆனா, ஆஸ்பத்திரி ஊருக்கு வரப்போற வேகத்துல சாரா அண்ணனையே காவு வாங்கிடிச்சி..." என்று சொன்னேனே தவிர என் கண்களிலிருந்து பொலபொல வென்று நீர் வழிஞ்சது.

பிறகு திரும்பவும் நானே பேசினேன், "உண்மைதான். வயசாயி செத்ததை பெரிய சாவுன்னலாம். நாலு ஊருக்கு சொல்லியனுப்பி பிரமாண்டமா தேரெல்லாம் செஞ்சி கொண்டாடலாம். திடீர்னு அகால மரணமடைஞ்சதைப் போயி எப்படி விமரிசையா கொண்டாட முடியும். வழக்கமாக அதுமாதிரி செய்யறதில்லை. சாதாரணமா செய்யறாங்கன்னா அதுவும் சரிதா"ன்னு சொன்னேன்.

சாரா அண்ணணோட இறுதி ஊரலத்துக்கு போறதா இல்லையான்னு தெரியலை. ஜனங்க வெள்ளாந்தாங்கல் பொறடை பம்பு செட்டு வழியா கொடி வழியில ஊரப்பாத்து நடந்துகிட்டிருந்தாங்க. இன்னிக்கும் வானத்துல கொண்டல் கொண்டலா மப்புங்க ஏற ஆரம்பிச்சது.

அடவி, ஜனவரி 2009

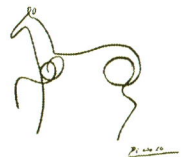

மேய்ச்சல் மனசு

தாமோதரன் எருமைகள் மேய்த்துக்கொண்டிருந்தான். அவன் மனசு தரங்கிணியை வெறுத்தது. ஜல்லிக்குவியல் மீது பெரிய கொம்பு ஒன்றைக் கையில் பிடித்தபடி ரயில் தண்டவாளங்களுக்கு அருகில் எருமைகளைக் கண்காணித்துக் கொண்டிருந்தான். ஜல்லிக் குவியலுக்கு அந்தண்டப் பக்கமும் ஒரு ஜோடி தண்டவாளங்கள் இருந்தன. ஒரே நேரத்தில் இரண்டு டிரெயின்கள் அவனுடைய இரண்டு பக்கமும் எதிரும் புதிருமாக வேக இரைச்சலுடன் போக எருமைகள் மேய்ப்பது சுவாரஸ்யமேதான். அந்தத் தருணங்களில் இயந்திரங்களின் இரைச்சல் சாகசத்தை ஓங்கார நாதமாக எண்ணுவான் அவன்.

பயணிகளெல்லாம் அவனைப் பார்க்க அவன் சக்கரச் சுழலைப் பார்ப்பான். ஆரம்ப நாட்களில் ஒரு மழைநாளில் எருமைகள் மேய்ந்துகொண்டிருக்க ஜல்லிக்குவியலில் குடைபிடித்தபடி டிரெயின் வேக சக்கர சுழலில் ஆபத்தான விஸ்தீரணங்களைப் பார்த்துக்கொண்டிருக்கும்போது 'தாமோதரன்' என்று சத்தம் கேட்டது. சட்டென்று நிமிர்ந்தபோது தரங்கிணி ரயில் வாசலில் கம்பியைப் பிடித்துக் கொண்டு ஏக குஷியோடு இவனுக்கு டாட்டா காண்பித்தபடியே போய் மறைந்தாள். ரயில் அவளைச் சுமந்து வேகமாய் ஓடிவிட்டது.

தாமோதரனின் மாடு மேயும் அந்த மனசு அப்போது இனிப்பாய், துவர்ப்பாய், கொஞ்சம் கசப்பாய் மாறியது. தரங்கிணி இவனோடு பத்தாவது வரையில் படித்தவள். நல்ல பெண். ஒரு நாள்

வாத்தியார் கேட்டக் கேள்விக்குப் பதில் சொல்லாமல் இவன் திருதிருவென்று முழிக்க "நீ எருமமாடு மேய்க்கத்தான் லாயக்கு" என்று சொன்னார். அது உண்மையாகிவிட்டது. அதையும் கண்கூடாக ஒரு பள்ளித்தோழி பார்த்துவிட்டாள்.

அவமானம்தான்.

இவனைத் தவிர எல்லோருமே பத்தாவது தாண்டி விட்டார்கள். தவிர அவனுடைய ஒரு தோழி இதோ வேலைக்கும் போகிறாள். பாவாடைச் சட்டையில் பார்த்தமாதிரி இப்போது இல்லை. பொம்பளையாகி செக்கச்செவேலென்று வாட்டசாட்டமாய் இருக்கிறாள். பெரிய பெரிய படிப்பெல்லாம் படித்திருக்கிறாளோ என்னவோ. குறைந்தபட்சம் எருமை மாடு மேய்க்காமல் வேறு ஏதாவது வேலை பார்த்திருந்திருக்கலாம். வெயில் காய்கிறது பெரிய விஷயமேயில்லை, அவனுக்கு மனசு காய்கிறதுதான் பாடாய்ப்படுத்துகிறது.

அந்த ஒரு புதிய நாளிலிருந்து அவனுக்குத் தினமும் அவள் டாடா காண்பிப்பாள். நன்றாய், அழகாய், பூப்பூவாய்ச் சிரிக்கிறாள். ஆனாலும் இந்த டிரெயினுக்கு இவ்வளவு வேகம் கூடாது. ஆமாம். அவன் மனசில் குட்டியாய் ஆரம்பித்து கொஞ்சமாய் உயர்த்தி பிரம்மாண்டமாய் கனவுக்கோட்டை கட்டத் துவங்கினான்.

தினமும் தரங்கிணி வேலைக்குப் போகிறவள். நல்ல வெள்ளை மனசாய் சிரித்துப் பழையன ஞாபகம் வைத்து டாடா காண்பித்துச் செல்கிறாள்.

எவ்வளவு நல்லவள்.

அவனுக்கு ஒரு விஷயம் ஞாபகத்திற்கு வந்தது. அப்போது அவன் ஒன்பதாம் வகுப்பு ஏ பிரிவு. அவளும் ஏ பிரிவுதான். பக்கத்து நண்பர்கள் எதிர் நண்பர்கள் என்றும் பலருக்கும் தன் சித்தப்பா வீட்டு மளிகைக் கடையிலிருந்து வெல்லம் பொட்டலங்களை எடுத்துவந்து கொடுக்கிறவனாக இருந்தான். சில நேரங்களில் சட்னிக்கு அரைக்கும் உடைச்ச கடலைகளை பாக்கெட்டில் போட்டுக்கொண்டுவந்து எல்லோருக்கும் தின்னக் கொடுப்பான். அந்தச் செல்வாக்கில் காலாண்டுத் தேர்வில் பல நண்பர்கள் இவனுக்குத் தாங்கள் எழுதியதைக் காட்டக்காட்ட இவன் எழுதினான் மளமளவென்று. தேர்வில் முதல் மாணவனாகத் தேறி வழக்கமாக ஜெயிக்கும் தரங்கிணியை ஓரங்கட்டினான். தான்தான் முதல் என்று இறுமாந்திருந்த அவளின் பெருமையை அடித்துவிட்டான் இவன். எல்லாரும் இவனைக் கொண்டாட அவள் மனசு வலித்தது. காலாண்டுத் தேர்வில் முதல் மதிப்பெண்

பெற்றவன் என்பதால், அடுத்த வாரம் மாவட்ட கல்வி அலுவலர் வருகை தந்திருந்தபோது அவர் கேட்ட சில கேள்விகளுக்குச் சட்சட்டென்று இவனைத்தான் எழுப்பினார் ஆசிரியர். இவன் ஏதோ சொல்ல வாயெடுப்பதுபோல பாவனை செய்ததை உணர்ந்த ஆசிரியர் "ஆங் அதான் அதேதான். ம்ம் சொல்லு சொல்லு" என்று ஊக்கப்படுத்தினார். இவனோ தொடர்ந்து முழிக்க, ஆசிரியர் தரங்கிணியை எழுப்ப, அவள்தான் டான் டான் என்று பதில் சொன்னாள். ஆனாலும் ஆசிரியர் அவனது தில்லுமுல்லு அறியாமல் தொடர்ந்து இவனையே மாற்றி மாற்றி எழுப்ப இவன் முழிக்க தரங்கிணியோ வேறு யாரோ பதில் சொல்ல அன்று குட்டு வெளிப்பட்டுவிட்டது. "நீலச்சாயம் வெளுத்துச்சாம்... டும் டும் டும்... ராஜா வேஷம் கலைஞ்சிச்சாம்... டும் டும் டும்" என்று மாணவர்கள் குரலெழுப்ப மிகப்பெரிய அவமானத்துக்கு உள்ளானான்.

அன்று முதல் அவள்மீது பொறாமைப்பட ஆரம்பித்தான். அந்தப் பொறாமை படிப்பு சம்பந்தப்பட்டது என்றால் எவ்வளவோ நன்றாயிருந்திருக்கும். ஆனால் இவன் தன் மதிப்பைக் கெடுத்தவள் என்கிற அளவிலான இவனாகக் கற்பனை செய்துகொண்ட பொறாமை, வெறுப்பு. அதனால் சில நேரங்களில் பின் இருக்கையில் அமர்ந்திருக்கையில் தரங்கிணியின் ரெட்டை ஜடையில் ஒரு ஜடையைப் பிடித்து இழுப்பான். இழுத்துவிட்டு ஒன்றும் தெரியாதது போல இருந்து விடுவான். இவள் வருகிற சைக்கிளின் காற்றை இறக்கி விட்டுவிடுவான். எல்லோரும் இன்டர்வெல் பெல் அடித்து வகுப்பறையை விட்டு வெளியேறியவுடன் சங்கீதாவின் ஜாமிட்ரி பாக்ஸை எடுத்து தரங்கிணியின் பையில் வைத்துவிட்டு ஒன்றும் தெரியாதது போல போய் எல்லோர் முன்னிலையில் இவளுக்குத் திருட்டுப்பட்டம் கட்டப்படுவதை எல்லோரையும் போல பரிதாபமாகப் பார்ப்பான்.

இன்னொரு நாள் சைக்கிளில் காற்றை இறக்கிவிடப்போன போதுதான் தரங்கிணி பார்த்துவிட்டாள். இவனோ கையும் களவுமாக மாட்டிக்கொண்டு வெலவெலத்துப் போய்விட்டான். அவள் நினைத்திருந்தால் அவனைத் தலைமையாசிரியர் அறைக்குக் கொண்டுசென்று இவனுடைய எல்லா நடவடிக்கைகளையும் வரிசைப்படுத்தி பள்ளியில் ஒழுங்கீனமாக நடந்து கொண்டதாக இவனைப் பள்ளியைவிட்டே வெளியேற்றி இருக்க முடியும். ஆனால் இவளுக்கு அன்றொருநாள் மாவட்டக் கல்வி அதிகாரி முன்பு பதில் சொல்லமுடியாமல் ஆனால் நல்லா படிக்கிற பையன் என்று புதிய ஆசிரியர் ஒருவரால் பாராட்டப்பட்ட அந்த சில தினங்களே ஞாபகத்திற்கு வந்தன. இவள் அவனைக் கரிசனத்தோடு பார்த்துச் சிரித்தபோது பையலுக்குக் கிலி பிடித்தது

போலாகியது. நேராக எதிரே வந்து "என்னை மன்னிச்சிடு தரங்கிணி. நீ ரொம்ப நல்லவ. நான்தான் உங்கிட்ட தப்பா நடந்துகிட்டேன்" என்று கூறியதும் "சரி சரி விடு. இப்போ எதுக்கு உணர்ச்சிவசப்படற விடு" என்று சொல்லிவிட்டு சாதாரணமாய் போய்விட்டாள்.

அன்றிலிருந்து இவனுக்கு அவள் எதிரே தோன்றக்கூட முகம் இல்லை. ஆனால் அவளோ இவனைத் தனியே அழைத்து கணக்கு, ஆங்கில இலக்கணம், தமிழ் மனப்பாடப் பாட்டு என்று அழகழகாகச் சொல்லிக் கொடுத்தாள். அடுத்துவந்த அரையாண்டுத் தேர்வில் மூன்றாவது ரேங்க்கும், ஜனவரியில் நடந்த மீள்தேர்வில் முதலிடமும் வருகிற அளவிற்கு இவனைக் கொண்டுவந்துவிட்டாள். அவளை ஒரு தெய்வமாகவே நினைத்தான். அவளின் தந்தை ஒரு கிராம சேவக் என்பதால் வேறொரு ஊருக்கு மாறுதல் ஏற்பட அவளும் போய்விட்டாள். இவன் தனித்து விடப்பட்டதாக உணர்ந்தான்.

மாறுதலில் சென்ற பின்னும் அவள் இவனுக்கு ஒரு கடிதம் எழுதினாள். 'வரும் முழு ஆண்டுத் தேர்வில் நீ முதல் வகுப்பில் தேர்ச்சிபெற வேண்டும்' என்று. ஆனால் அது நடக்கவில்லை. அதாவது இவன் தேர்வே எழுத முடியாமல் போய்விட்டது. அப்பா இல்லாமல் அம்மாவுடன் இருந்தவனுக்கு அம்மாவும் ஒருநாள் உடல்நலமின்றி இறந்துவிட்டாள். அம்மாவின் தமையனார் நீ படிச்சு கிழிச்ச, வந்து மளிகைக்கடையைப் பார் என்று கடையில் பொட்டலம் கட்ட அமர்த்திக்கொண்டார். ஒருக்கால் தரங்கிணி மட்டும் அருகிலிருந்திருந்தால் மாமனை ஒரு கை பார்த்திருப்பாளோ என்னவோ... அல்லது இவனுக்கு ஏதாவது ஒரு வகையில் உதவி செய்திருப்பாள்... தம் படிப்பைப் பாதியில் கெடுத்த மாமன் மளிகைக்கடையில் இவன் தன் கைவரிசையைக் காட்ட கடையைவிட்டும் விரட்டப்பட்டான்.

தெரிந்த நிலக்கிழார் ஒருவர் இவனுக்குச் சில எருமை மாடுகளைக் கொடுத்துப் பிழைக்க வழிசெய்தார். இவனும் தவணை முறையில் அவர் செய்த உதவிக்கு வட்டியும் முதலுமாய் செலுத்திவருகிறான். கூடிய சீக்கிரத்தில் அது அடையவும் போகிறது. அதற்கப்புறம் இந்த எருமைகள் இவனுக்குத்தான். இந்த எருமைகளை வைத்து உள்ளூர் டீக்கடைகளுக்கு பால் சப்ளை செய்துகொண்டிருக்கும் தாமோதரனுக்கு இது சம்பந்தமாக வேறு சில உத்தேசங்களும் உண்டு. இன்னும் சில மாடுகள் வாங்கிப் பெரிய மாட்டுப் பண்ணையே வைக்கவேண்டும். இதோ அந்தக் கல்வியில் சிறந்த கன்னிமகளின் தரிசனம் கிடைத்து இவன் பொழுதுகளே புண்ணியமடைந்து கொண்டிருப்பதாக உணர்ந்தான். இவன் எருமை மாடுகள் மேய்ப்பதை அந்தப் பள்ளித்தோழி

பார்த்துவிட்டதை முதலில் தவறாக நினைத்திருந்தாலும் அதற்கப்புறம் ஒவ்வொருநாளும் இவனுக்கு டாட்டா காண்பித்து இவன் நிலைமையை அவளே சகஜமாக்கியதால் பெருமளவில் உற்சாகமடையத் துவங்கியிருந்தான். இவையெல்லாம் நடந்த இந்த ஏழெட்டு மாதங்கள்தான் வாழ்நாளின் மிக முக்கிய காலம் என்று தோன்றியது. ஆனால் கடந்த இரண்டு வாரங்களாக அவள் வரவேயில்லை. எந்த முன்னறிவிப்பும் இன்றிப் புதிய தரிசனத்தைத் தந்தவள் எந்த முகாந்திரமும் இல்லாமலேயே அதை விலக்கிக்கொள்ளவும் செய்வாளோ என்று பயமாயிருந்தது. தொடர்ந்து இரண்டு வாரங்களாகி விட்டன.

இவன் பால் சப்ளை செய்கிற டீக் கடைகளிலாகட்டும் புண்ணாக்கு மாட்டுத் தீவனங்கள் வாங்குகிற மளிகைக் கடைகளிலாகட்டும் கடந்த சிலமாதங்களாக இவன் இருந்த உற்சாகத்தைக் கண்டு ஆச்சரியமடையாதவர்கள் இல்லை. ஆனால் இந்த இரு வாரங்களாக சுதியிழந்து காணப்பட்டதை அவர்கள் மட்டுமல்ல, வேறுபலரும் தெரிவித்தார்கள். இவன் என்ன செய்யமுடியும்? அதெல்லாம் மனசு சம்பந்தப்பட்ட விஷயமல்லவா.

எங்காவது மாற்றலில் சென்றுவிட்டாளா? அல்லது வேறு இடங்களில் அமர்ந்து பயணம் செய்கிறாளா? அல்லது வேலையை விட்டுவிட்டாளா? மேகங்கள் சூழ்ந்த கார்காலமாதலால் சில்லென்ற காலையொன்றில் புதிய ஒரு திங்கள் கிழமை காலை வேளையில் டிரெயின் வருகையை எதிர்பார்த்துக் கொண்டிருந்தான். இன்று ஒருக்கால் அவள் வரக்கூடும். அப்படி வருகையில் நாம் இன்று அவளுக்கு டாடா காண்பிக்கக் கூடாது. 'ரெண்டு வாரமாய் டாடா காண்பிக்க ஆளில்லாமல் போனதற்குத் தகுந்த காரணம் தெரியவேண்டும்' என்று வீம்பாய் இருந்தான்.

எருமை மாடுகள் இவனைப் பார்த்தன. மேய்வதற்கு இனியும் அங்கே புற்கள் இல்லை என்பதைப் பார்வையால் தெரிவித்தன. முறைப்பாய் திரும்பி உட்கார்ந்துகொண்டிருந்தான். தூரத்தில் டிரெயின் சத்தம் கேட்கும்போதே நெஞ்செல்லாம் என்னவோ செய்தது. அவளைப் பார்த்து ரொம்ப நாளாகிறது. சரி டாட்டா காண்பிக்காமல் கோபமாய் பார்க்கலாம் என்றும் சிந்தித்தான்.

இரைச்சலுடன் டிரெயின் வந்தது. வந்துகொண்டிருந்த அந்த டிரெயினில் அவளும் இருந்தாள். தான் அணிந்திருந்த விலையுயர்ந்தப் பட்டுப்புடவையின் தலைப்பை அவனுக்குக் காட்டினாள். புத்தம் புதிய தாலியையும் தன் கையால் சற்றே அவனுக்குத் தெரிகிற மாதிரி உயர்த்திக் காட்டினாள். அவனுக்குப் புரியவில்லை. பிறகு புரிந்தது. லேசாய் சிரித்தாள். சிரிப்பிலும்

மாற்றம். பழைய வேகமின்றி மிதமாய் கையசைத்தாள். நிமிடத்தில் கடந்தது டிரெயின். வெள்ளை மனசாய் பறந்தே போய்விட்டாள் அந்தச் சிநேகிதி.

நடக்க இயலாதவைகளையே சின்ன வயசிலிருந்தே கோட்டை கட்டுபவனாகவும் வாகாக அமைய முடியாதவற்றை யெல்லாம் சேர்த்துச் சேர்த்துப் பொருத்திப் பார்க்கும் குறுகிய கறுப்பு மனசுக்காரனாகவும் தான் இருப்பதை உணர்ந்தான். அதனால்தான் இன்னும் எருமை மேய்க்கும் தொழில் வாய்த்திருக்கிறது.

எருமைகள் அவனைப் பார்த்தன. தண்டவாள ஓரங்களில் உள்ள எல்லாம் புற்களையும் மேய்ந்துவிட்டதை மீண்டும் பார்வையால் அவை தெரிவித்தன. 'புற்கள் இருக்கிற இடங்களையெல்லாம் விட்டுவிட்டு தினமும் இங்கேயே வருகிறாயே அறிவில்லை உனக்கு' என்று கேட்பது போலிருந்தது அவை பார்த்த பார்வை. 'இனியும் திரும்ப இங்கேயே எங்களை ஓட்டிக்கொண்டு வந்தாயென்றால் உன்னைவிட்டே ஓடிவிடுவோம்' என்பது போலிருந்தது அவை ஒருமாதிரியாய் கனைத்துக்கொண்டு கத்தியது. அவன் நினைத்துக்கொண்டிருந்தான். எந்த விகல்பமும் இன்றி அவளை வாழ்த்த வேண்டுமென. எந்த வேறுபாடுமின்றி – அடுத்து வரும் நாட்களிலும் அவளை மாறாத சிநேகத்தோடு எதிர்கொள்ளவேண்டுமென்றும். ஆனால் இந்த எருமைகள்தாம் இவனுக்கு இப்போதைக்கு வாழ்க்கை. தொழில், பொழுதுபோக்கு எல்லாமும். அதனால் இவற்றின் தேவைகளை மதித்து நிறைவேற்றுபனாகவுமிருந்ததால் நாளை முதல் வேறு இடத்திற்குச் சென்று மேய்க்க வேண்டுமென்று தோன்றியது.

உலகத்தமிழ்.காம், 1.5.2004

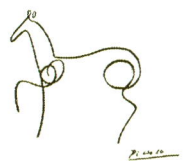

பவுனு வளையல்

மழைகொட்டும் மாலை வேளை!

பாலம்மா வீட்டுத் தென்னந்தோப்பு அருகேயுள்ள பாதி இடிந்த சிவன் கோயில் மண்டபத்தில் அமர்ந்தபடி வழியும் புல்வெளியையே பார்த்துக் கொண்டிருக்கும் சாரங்கபாணிக்கு வெல்வெட்டின் வருகை குறித்தான அச்சம் நிறையவே இருந்தது.

ஆனால் வெல்வெட்டிற்குப் போகலாம் என்றிருந்தது. அவளோ, செட்டியார் எண்ணெய் லோட்டரியில் எண்ணெய் ஆடுவதற்காக நான்காவது ஆளாகக் காத்துக்கொண்டிருந்தாள் அப்போது. வெல்வெட்டின் கவலையெல்லாம் கொட்டும் மழையாக இருக்கிறதே என்பதுதான். சாரங்கனிடம் போய் பேசிவிட்டு வந்துவிடலாம் என்பதில் அவளுக்குத் துளியும் மாற்றுக்கருத்து இல்லை. அதற்குப் பல காரணங்கள் இருந்தன.

அலர்மேன் ஒரு செரங்கா வேர்க்கடலையை அள்ளி அவனுக்கான புட்டுக் கூடையொன்றில் போட்டுக்கொண்டதை பாக்கியம் அக்கா நமுட்டுச் சிரிப்போடு காட்டியதைப் பார்த்தாலும், பார்த்தும் பார்க்காததுபோலவும் அவன் கையைவிட்டு லோட்டரியில் போட்ட வேர்க்கடலையை லாவகமாக மெஷின் ஓடிக்கொண்டிருக்கும் போதே தள்ளித்தள்ளி விடுகிற நேர்த்தியை மட்டும் ரசிப்பதுபோலவும் பார்த்துக்கொண்டே எழுந்தாள்.

ஜன்னலோரம் வந்து மழையில் பட்டுரோஜா செடிகளைக் கவனிக்கத் துவங்கினாள். கூடவே பீரோஜா செடிகளையும்.

அவளுக்கு எறப்புக்காலம் ஞாபகம் வந்தது. எறப்பு மல்லாட்டை பிடுங்கின காலத்தில் குடைநாயுடு கொல்லைவேலை சீக்கிரமே முடிந்துவிட்டதால் கூலி மல்லாட்டையை வீட்டில் போய்க் கொட்டிவிட்டு தப்பு மல்லாட்டைப் பொறுக்கத் தங்கையை அழைத்துக்கொண்டு அக்கம்பக்கத்துக் கொல்லைகளுக்காய் நடந்தாள்.

ரொம்ப தூரம்போல நடந்து அலைந்து பொறுக்கி மடிநிறைய போதுமென்றானதும் இந்த சாரங்கன் குடும்பத்தின் கொல்லை வழியாக வந்தவள் வரப்பிலேயே நிற்கவைத்து அவமானப்படுத்தப்பட்டாள். தன் கொல்லையில் வேலை செய்து திருடி மறைத்து வைத்ததை எடுத்து வருவதாக அவள் மடியைத் திறக்கச் சொல்லி சத்தம் போட்டான்.

சாரங்கனின் கொல்லை ஆள்காரன் அந்த இடத்தில் இருந்திருந்தால் இவள் நமது கொல்லையில் வேலை செய்யவில்லை என்று விளக்கி சொல்லியிருப்பான். சொல்லிக்கொடுக்கப்பட்ட கிளிக்கு என்ன தெரியும். அவன் எங்கோ வெளியூரில் படித்துவிட்டு அன்றுதான் திரும்பியிருக்கிறான். மடி கனமாயிருந்தால் திறந்து பார்த்துவிடு என்று யார் சொல்லிக்கொடுத்தார்களோ தெரியவில்லை. நீ என் கொல்லையிலிருந்துதான திருடிக்கிட்டு வர்ற... அவுரு மடிய... என்று சொல்லிக்கொண்டேயிருந்தவன் பளார் என்று அறைவதுபோல ஆக்ரோஷமாக கையை ஓங்கவே, பயந்துபோய் மடியை அவிழ்த்தாள்.

பாண்டியன் நெடுஞ்செழியன் எதிரே உடைக்கப்பட்டு விழுந்த சிலம்பின் மாணிக்கப்பரல்களாய் விழுந்தன.

“உங்களது மட்டும் காயெடுக்கல. ஊர்ல கீறவங்க கொல்லிலாம் எறப்புக்காய் எடுக்கறாங்க. மணியகாரு கொல்லி, பெரியவரு கொல்லி, நடுகவுண்டரு கொல்லி, மகேந்திர செட்டி கொல்லி, பாளையத்து நாயக்கருங்க கொல்லி, மீசைக்கார்ரு கொல்லின்னு அலைஞ்சி ‘தப்பு மல்லாட்டைங்க’ பொறுக்கி பெறாஞ்சிகினு வந்துருக்கன். சொல்லுங்க இதெல்லாம் உங்க கொல்லிய காய்ங்களா...” என்று கேட்டாள்.

அவள் அப்படி கேட்டதுதான் தாமதம் சட்டென்று கீழே குனிந்து இரண்டு கைகளாலும் காய்களை அள்ளிப்பார்த்தவன் நொடியில் கண்கலங்கினான். இப்படி நிமிடத்தில் கலங்குகிற ஆம்பிளையை அவள் பார்த்ததேயில்லையாதலால் அங்கே அதற்குமேல் நிற்கப் பிடிக்கவில்லை. வேர்க்கடலை போனால் போகிறதென்று ரோட்டிற்கு நடந்து வந்துவிட்டாள்.

பாதி வழியைக் கடந்து புளியந்தோப்பு குளத்திற்கு வருகிறபோது யாரோ சைக்கிளில் வந்தபடி அருகே வந்து நிறுத்துவது தெரிந்தது.

“தே புள்ள, இந்தா உம் மல்லாட்ட, என்னை மன்னிச்சிடு பொண்ணு ... உன்னோட பேர்கூட எனக்குத் தெரியாது. மடியில இருந்து கொட்டின காய்ங்களை இந்தப் பைல போட்டு எடுத்துக்கிட்டு வந்துட்டேன் இந்தா” என்று நீட்டினான்.

இந்த மாதிரி இன்னும் சில சம்பவங்கள். எல்லாமே ஆள் நல்ல மாதிரி என்பதை பறைசாற்றி நின்றன.

அந்த மாதிரி சம்பவங்களுக்குப் பிறகு, நெல் அறுவடை முடிந்து களம் வேலை பார்த்துக்கொண்டிருந்த தன் அப்பாவுக்கு ஒருநாள் அதிகாலை அவன் பிளாஸ்க்கில் காபி கொண்டுபோயிருந்தான். அப்போதுதான் வெல்வெட்டும் போய் மேரை நெல்லுக்கட்டு கேட்டு நின்றாள்.

“உங்கப்பனக்கு எதுக்கு நாங்க மேரைக்கட்டு கொடுக்கணும்னு கேக்கறேன். அவன் இன்னா தினமும் வந்து ஏரி கால்வாயை எங்க கரும்புக் கொல்லைக்கு திறந்துவிடறானா இல்லை ... சரி வாரம் ஒரு முறையாவது அந்த தென்னங்கண்ணுக்கு மாங்கண்ணுக்குப் பாய்ச்சறானா ... உங்கப்பனை தோட்டியாக்குனவனே நானு... கடசிலே எனக்கே ஆட்டங்காட்டறான். ஊரு பேரு தெரியாதவன் எடுத்த குத்தகைக்கெல்லாம் காசு வாங்கிகிட்டு மதக தெறந்து விடறது... சரி ஒழிஞ்சிபோவுது காசயாவது வூட்ல கொண்டாந்து கொடுக்கிறானா? அதுவும் கிடையாது. தெரியாது அவன் பொவிசு? வாங்கன காசுல வக்கனையா குடிச்சிட்டு வர்றது..... வண்டை வண்டையா பேசறது. இதான பண்றான் உங்கப்பன்.... ரெட்டியார் சொன்னதா சொல்லு... வண்ணானுக்கு அம்பட்டனுக்கு பண்டாரத்துக்கு எல்லாருக்கும் மேரை உண்டாம். இதோ நெல்லுக்கட்டுக்கூட எடுத்து வெச்சிருக்கேன். தோட்டிக்கு இந்த மொறை மேரை கெடையாதாம்னு சொல்லு... போ.... நிக்காத பொண்ண போ...” என்று பேசிய தன் அப்பாவிடம்... சாரங்கன் இவளுக்காகப் பேசினான். “பாவம்பா இவங்க... ஒரு நெல்லுக்கட்டுதான.”

“யாரும் எங்களுக்குப் பாவப்பட வேணாம். எங்களுக்கு சேர வேண்டியதுதான் கேட்டன். கொடுக்கலைன்னா போங்க...” என்றுவிட்டு நடையைக் கட்டினாள்.

ஒருநாள்.

தோட்டியை அழைத்து இனிமேல் முறைப்பார்த்து மதகு திறந்துவிடவில்லையெனில் வேலை பறிக்கப்படும் என்று

காவு ⌘ 43

திட்டம் பண்ணி வைப்பதற்காக அப்பா அழைத்ததாக வெல்வெட் குடிசைக்குப் போயிருந்தான். குடிசைக்கு எதிரே ஒரு கொறட்டுக்கல்லின்மீது அமர்ந்தபடி தன் தங்கைக்குத் தலை வாரியபடியே, "களை வெட்ட காடு வெட்ட நாங்க இருக்கோம். இந்த வருஷம் ப்ளஸ்டூவுல மொத மார்க்கு எடுத்து நம்ம ஜனங்களுக்கு மரியாதைக் கொண்டுவா நம்பூட்டுக்கு வெளக்க ஏத்து... அப்பன் சீரழிஞ்சாங்க... ஆத்தா சீரழிஞ்சாங்க... அத்தினி தாத்தா பாட்டிமாரும் சீரழிஞ்சாங்க.... தாயி நீயாவது படிச்சி நெலமைய மாத்துடியம்மா..." என்று சொல்லியவாறே, "யாரது" என நிமிர்ந்தாள்.

"உங்கப்பா இல்லியா, எங்கப்பா வரச்சொன்னாரு."

"இல்லிங்க... ஐயா..."

"சரி வரன்" என்றவன் மீண்டும் திரும்பினான். ஒன்றுமே விஷயமில்லாமல் அவளைப் பார்த்தான். அவளும் பார்த்தாள். விஷயமில்லாமல்தான். ஆனால் அந்தப் பார்வைகள் பதிவு செய்கிற அர்த்தங்கள் எத்தனை எத்தனை...

அதற்கப்புறம் ஒருநாள் மழை துவங்கியது. ஒரு வாரத்திற்கும் மேல் பிரளயமே வந்துவிட்டதுபோல கொட்டியது மழை. உலகை நிர்மூலமாக்க வந்த மழையோ என்று எண்ணும்படியான பொழிவு.

மழை குறித்து மக்களுக்கு மகிழ்ச்சிதான். வெல்வெட்டிற்குத்தான் அப்பனுக்குத் தோட்டிவேலை பறிபோன வருத்தம். எங்காவது கூலி வேலைக்குப் போகிற வழியில் கழனியிலிருந்து திரும்புகிற வழியில் சாரங்கன் எதிர் கொண்டால் சைக்கிளைவிட்டு இறங்கிவிடுகிறான் அவன். ஏதோ ஒரு வார்த்தை பேச முயல்பவன்போல காட்சியளிப்பான். இவளோ அவனைக் கடந்து செல்வதுதான் லட்சியம் போல செல்வாள்.

இன்று காலைதான் அது நடந்தது. ஏரியின் அணைப்பகுதி கரை வழிந்தது. ஏரிக்கோடிக்கரை வழிந்து செல்லும் காட்சியைப் பார்க்க மக்கள் திரண்டிருந்தார்கள். பத்து ஆண்டுகள் கழித்து ஏரி நிரம்பி இதோ கோடிக்கரையில் உயர்ந்து வழிந்து பிரமாண்ட படிகளில் தாவி பால்போன்ற நுரையைக் கொப்பளித்து சங்கராபரணி ஆறாகப் பாய்ந்துகொண்டிருந்தது.

ஏரியம்மாவுக்கு கோபம் வந்து ஊரை வெள்ளக்காடாக்கி விடக்கூடாது என்பதற்காக அவளுக்கு மனம் குளிர்விக்க தலைவர் என்ற முறையிலும் கிராமத்தின் மூத்த குடிமகன் என்ற முறையிலும் சில சம்பிரதாய பொருட்களோடு, மேளதாளத்தோடு கவுன்சிலர்கள், மெம்பர்கள், கிராம கட்சித் தலைவர்கள்,

பலதரப்பட்ட ஜாதிவெயிட்டுகள். என்று ஏகமாய் புடைசூழ சாரங்கனின் அப்பா வந்துகொண்டிருந்தார்.

"ஏரிக்கரையை உடையாம காப்பாத்தி ஜனங்க பயிர்பச்சைய காப்பாத்த வேண்டியது நீதான் தாயே... நிறைஞ்ச தண்ணியோட நிரம்பி வழிஞ்சது போதும் தாயி... இந்த ஊர மட்டும் இல்ல. எல்லா உலகத்தையும் நீதான் தாயி காப்பாத்தணும்" – மக்கள் கையெடுத்துக்கும்பிட மங்கள வாத்தியம் முழங்க, ஒரு பெரிய பிரம்புத்தட்டில் பூ பழம், வெற்றிலைப்பாக்கு, பச்சை வண்ணப்புடவை, கூடவே ஒரு பவுனில் ஒரு சோடி வளையல், மஞ்சள், குங்குமம், தீப விளக்கு எரிய அதை அப்படியே ஏரியில் விட்ட தலைவர்தான் இப்படி பிரார்த்தனை செய்தார். மக்கள் ஆரவாரமிட்டனர். காணிக்கைத்தட்டு தண்ணீரில் தளும்பித் தளும்பிப் போய்க்கொண்டிருந்தது.

ஏரியம்மாவுக்கு காணிக்கை வைபவம் முடிந்து திரும்பும் போதுதான் கூட்டத்தில் அவளிடம் நெருங்கி வந்து அவன் அவளிடம் ஏதோ சன்னமாகச் சொன்னான். முதலில் காது கொடுத்துக் கேட்டவள் பிறகு அவனை நிமிர்ந்து பார்த்து மறுத்தாள். "நான் காத்திருப்பேன்" கூட்டத்தோடு கூட்டமாய்க் கலந்து விட்டான். லோட்டரியில் மல்லிகாக்காவின் முறையே இன்னும் வரவில்லை. அதற்கப்புறம்தான் இவள்முறை. பட்டுரோஜா தோட்டத்தில் பெய்த மழையைப் பார்த்துக்கொண்டிருக்கும்போதே சிந்தனை எங்கெங்கோ போய்விட்டது.

"மல்லிகாக்கா நான் பாலம்மா வீட்டுத் தென்னந்தோப்புல காளை மாடு ஒன்னு கட்டிப்போட்டிருக்காம்... அஞ்சுமணிக்கு வந்து அவுத்துகினு வரச் சொல்லிவுட்டாங்க, மறந்துட்டன்."

"இந்த மழையிலயா..."

"அட ஆமாங்கா... காள மாடாச்சே. கவுரு அவுத்துகினு வந்துடுச்சின்னா ஊர் தாங்காதே... இந்த மல்லாட்டப் பயிர பாத்துக்கோக்கா..." – தொம்மக் கூண்டை மேலே போட்டுக் கொண்டு சளார் சளார் மழையில் ஓடினாள்.

தோப்பு முழுக்க குறுக்கும் நெடுக்குமாக தண்ணீர் ஓடிக்கொண்டிருக்க அதைத் தாண்டித்தாண்டி தொம்மக்கூண்டு உருவம் ஒன்று வந்துகொண்டிருப்பதை சிவன் கோவிலின் இடிந்த மண்டப விளிம்பில் அமர்ந்துகொண்டிருந்த சாரங்கன் உற்றுக்கவனித்தான்.

அது வெல்வெட்டுதான். லேசாகப் புன்னகை அரும்பியது அவனுக்கு.

அவன் எதிரே வந்து நின்றவள், "சொல்லுங்க நான் போவுணும். எதுக்காக கூப்புட்டுவுட்டீங்க..."

"என்ன வெல்வெட் அவசரப்படற. வா அந்தப் படியில உக்காரு." "இல்ல நான் லோட்டரிக்குப் போணும் சொல்லுங்க." "சரி, சொல்றேன். காலைல ஏரியில காணிக்கத்தட்டு விட்டாங்களே பாத்த இல்ல. அதுல இருக்க வேண்டிய ஒரிஜினல் பவுனு வளையல் இதான்." – அவன் தன் சட்டைப் பாக்கெட்டிலிருந்து எடுத்துக் காட்டினான். அவளுக்கு பகீர் என்றது. அவனைக் கோபமாகப் பார்த்தாள். "ஏன் இப்படி செஞ்சிங்க.... எதுக்காக சொல்லுங்க.... உங்கப்பாவுக்கோ, ஊருக்கோ தெரிஞ்சா என்னன்ன நடக்கும் தெரியுமா..." – மழைச் சத்தத்தை மீறி இறைந்தாள்.

"தயவு செஞ்சு கோவப்படாத. காணிக்கத்தட்டு வெறும் கற்பனை. ஒரு தோட்டி குடும்பம் தெருவுல நிக்கறதைப் பத்தி கவலைப்படாம நெலபுலமெல்லாம் வீணாப் போகக்கூடாதுன்னுதான் யாருக்கும் புரியோஜனமில்லாம நகைய ஏரியில விட இருந்தாங்க. எங்கப்பாவுக்குத் தெரியாம திட்டம் போட்டு நான்தான் அவருடைய பீரோவுல கில்டு வளையல வெச்சேன். இதான் பவுனு வளையல்..."

மழை தெறிக்க வளையல் மின்னியது.

"இப்ப என்ன செய்யப்போறீங்க."

"இந்த வளையல் உனக்குத்தான். அதாவது கஷ்டத்துல இருக்குற உங்குடும்பத்துக்கு. உந்தங்கச்சி படிப்பு செலவுக்கு."

"ஒன்னும் தேவையில்ல. ஜனங்கள வாழ வைக்கப்போற இந்த ஏரிய தெய்வமா கும்பிடறோம். அதான் நம்பிக்க, சேரி பொண்ணுன்னா கூப்புட்ட எடத்துக்கெல்லாம் வந்துருவா அப்படின்னு கூப்புட்டு விட்டிருக்கீங்க பாருங்க அதான் மூட நம்பிக்க..."

"அப்படி சொல்லாத வெல்வெட்டு, இந்த வளையலுக்குத்தான் உன்னை வரச்சென்னேன். தப்பா நெனைச்சிக்கலன்னா இந்தா இத வெச்சிக்க."

"தப்பாதான் நெனச்சுக்குவேன். இப்போதைக்கு விகல்பம் ஏதும் இல்லாம இருக்கலாம். ஆனா கடைசில இது எங்க எங்க போய் முடியும்னு எனக்குத் தெரியும். அப்புறம் இன்னொரு விஷயம். அந்த நெல்லுக்களத்துலயே சொன்னேன். அதையேதான் இப்பவும் சொல்றன். யாரும் எங்களுக்குப் பரிதாபப்பட வேணாம். ஆமாம் அந்த பவுனு வளையலை இப்படி கொடுங்க."

பவுனு வளையலை வாங்கிக்கொண்டு ஒரு முறுக்கன் இலையைப் பறித்தாள். தோப்பைக் கடந்து புதர்களில் நடந்து ஏரித்தண்ணீருக்குள் தொட்டிருந்த பாறையொன்றிற்குச் சென்றாள். மழை குறைந்து லேசாகத் தூறல் மட்டும் விழுந்து கொண்டிருந்தது. அவனும் அங்கு வந்து என்ன செய்யப்போகிறாளெனப் பார்த்தான்.

தடிய அகலமான முறுக்கன் இலையில் தங்க வளையலை வைத்து தண்ணீரில் விட்டாள். முதன் முதலாக ஒரு கூலி மகளின் கையால் ஏரியம்மாவுக்கு சமர்ப்பணம், அவள் சிரித்துக் கொண்டாள். அது மெல்ல மெல்ல நகர்ந்து கோடிக்கரையில் வீழும் தண்ணீர் பாய்ச்சலை நோக்கி செல்லத் துவங்கியது. வெகுதூரம் போல அது சென்று வீழ்வது நன்றாக தெரிகிறது. ஒரு புதிய சமர்ப்பணத்தை ஏரியம்மா ஏற்றுக்கொண்டாள்.

வெல்வெட் அவனைத் திரும்பிப் பார்த்து லேசாக சிரித்தாள்.

"லோட்டரியில் மல்லாட்டப் பயிரை அப்படியே வச்சிட்டு வந்துட்டேன் நான் வரேன்... அப்புறம், நீங்க மேற்கொண்டு படிக்கிற வேலையைப் பார்க்கக் கௌம்புங்க...எதுக்கு வேண்டாத வேல... அவங்கவங்க புரட்சிய அவங்கவங்க பாத்துக்கிறோம்..."

கண்டிப்பு போலச்சொல்லி இனிமையாகச் சிரித்து விட்டு நடந்தாள். ஓலைகளால் பின்னப்பட்ட – மழைக்கோட்டு போன்ற தொம்மக் கூண்டை – அணிந்திருந்த அந்த உருவம் வெகுதூரம் சென்று மறைந்தது. அப்போது கோவில் மண்டபத்தின் மீதிருந்த சுட்ட மண் குதிரை சிலைகளின் அருகே இருந்த சாம்பல் நிறப் புறாக்களோ வெளிவாங்க இருந்த வானத்தை அளந்தபடி பறக்கத் தொடங்கின.

நறுமுகை

களம் சீவப்பட்ட மனசு

வேட்டைக்காரன்பட்டி கூட்டுரோடு வந்து விட்டது. வானம் வெளிவாங்க ஆரம்பித்திருக்கிறது. பக்கத்து ஊரிலுள்ள பஞ்சாயத்து யூனியன் ஆபிஸ் ஜீப் ஒன்று வேகமாகப் போய் மறைந்தது. தார்ச்சாலை வெறிச்சோடி கிடக்கிறது. கணபதி ஞாபகம் வைத்துக் கொண்டிருப்பானா இந்த விழிகளை, இந்த முகத்தை, மனசை.

மலருக்கு மிகவும் களைப்பாயிருந்தது. நிழற்குடையின் சிமெண்ட் பெஞ்ச்சில் மல்லிகை மூட்டையைப் போட்டுவிட்டு அருகில் உட்கார்ந்தாள். அக்கம்பக்கத்து வயற்காடுகளிலி ருந்து குயில்களின் கூவல் கூவ்வ்வ்... குர்... கூவ்வ்வ்... என்று அலையலையாய் வந்ததும் போனதுமானதாயிருந்தது.

தண்ணீர் குடிக்க வேண்டும் போலிருக்கவே, முந்தானையால் முகத்தைத் துடைத்துக்கொண்டு எழுந்தாள். நான்கைந்து புங்கை மரங்களுக்கு அப்பால் ஒரு குடிசை இருந்தது. நடந்தாள்.

ஞாபகம் வைத்துக்கொண்டிருப்பது அவனுக்கு சிரமம்தான். ரப்பர் தோட்டத்தில் வேலை செய்கிறானாம். ஒருபொண்ணும் ரெண்டு பசங்களும் இருக்கிறதுகளாம். பெண்டாட்டிதான் சிடுமூஞ்சி என்று ஆரம்பத்தில் பேசிக்கொண்டார்களாம். வசந்தியக்கா இதையெல்லாம் சொல்லிக்கொண்டு வரும் போது யாரோ மூன்றாம் மனுசங்க இவளுக்குச் சொன்னதுபோல் சொல்வாள். வசந்தியக்கா

என்னவோ யார் வீட்டுக்கோ போய்விட்டு, வந்தது போல பேசுவது மலருக்குப் பிடிக்கவில்லை. அந்த ஊருக்கே போய் அவர்கள் வீட்டிலேயே ரெண்டுநாள் தங்கி மூக்கைப் பிடிக்க சாப்பிட்டு விட்டு வந்தவள் தான் இந்த வசந்தியக்கா.

குடிசையில் யாரும் இருப்பதாகத் தெரியவில்லை. கதவு திறந்திருந்தது. உள்ளே எட்டிப்பார்த்து கதவை உள்ளங்கையால் இரண்டு முறை தட்டியபோது தாத்தா ஒருவர் கொல்லைப்புற கதவைத் திறந்து "என்ன?" என்றார். "தண்ணி வேணும் குடிக்க" என்றாள். தாத்தா மீன் கழுவிக் கொண்டிருந்தார் போலிருக்கிறது. அருகிலிருந்த பானையிலிருந்து நீரை மொண்டு கைகளை நன்றாகக் கழுவிக்கொண்டு மீன் பாத்திரத்தை ஓரமாகத் தள்ளிவிட்டு உள்ளே வந்தார்.

கணபதியின் குடும்பத்தை ஓரளவுக்கு மறந்துவிட்ட நிலையில்தான் இது நடந்திருக்கிறது. இன்று காலையில். கணபதியின் தாத்தா முதுமையை, கொடுமையை, தனிமையாகக் கழித்துக்கொண்டிருக்கும்போது திடீரென்று இறந்துவிட்டார். இறந்துபோனது தற்போது அவருக்கு உபயோகமான ஒன்றுதான் என்றாலும் பெரிய துரதிஷ்டம். இது சம்பவிக்கும்போது அருகில் ஒரு பூச்சி பொட்டுக்கூட, பாடு பரதேசி கூட இல்லை. ராத்திரி ஏதோ சத்தம் கேட்டதாம். பாக்கியத்தம்மா வீட்டுப் பெரிய மருமகள் நீட்டி முழக்குகிறாள். ஐயோ... கடவுளேன்னு கூட கேட்டதாம். போய் பார்க்க வேண்டியதுதானே. பயமாயிருந்தால் யாரையாவது அழைத்திருக்க வேண்டியது தானே. அவ்வளவு இளப்பம். அவ்வளவு இளக்காரம் – பக்கத்து வீட்டுல இருந்துகிட்டு தினமும் இம்சை – போவட்டும் கிழவன்.

செத்துத் தொலையட்டும். இப்பவாவது ஒழிஞ்சதே – என்று மகிழ்ந்திருப்பாள். அடி பெண்ணே! நம்ம வயசான காலமெல்லாம் ரொம்ப நல்லா இருந்துரும்னு நெனைக்கிறியா?

"இந்தாம்மா தண்ணி" என்று கூறியவாறே தாத்தா டம்ளரை நீட்டினார். தண்ணீர் அருந்தும்போது ஒரு நினைப்பு வந்தது. இவருகூட தனியாத்தானே இருக்கார்.

"தனியாத்தான் இருக்கறயா தாத்தா?" என்று கேட்டபடி டம்ளரை அவளிடம் கொடுத்தாள். தலையை மெதுவாக ஆட்டிச் சிரித்தார். இல்லையென்பது போல. மலரும் கொஞ்சம் சிரித்து "வரேன்" என்று விட்டு நடந்தாள்.

கணபதியைப் போலத்தான் மண்ணாங்கட்டியும். ஆனால் மண்ணாங்கட்டிக்கு வெளி உலகப் பழக்கவழக்கம் அவ்வளவு போதாது. எந்நேரமும் மல்லிகைத் தோட்டத்தைப் பராமரிப்பதும்

இலுப்பைத் தோப்பிற்குச் சென்று விழுந்து கிடக்கும் இலுப்பைக் காய்களைப் பொறுக்கிச் சேகரிப்பதும் அவ்வளவு தானோ என்னவோ. நினைத்திருந்தால் கிளம்பியிருக்கலாம். பறந்திருக்கலாம் உலகமெங்கும். அறியாமையைப் போக்கி மனசை குதூகலமடையச் செய்திருக்கலாம். வாழ்வை உயர்த்திக் கொண்டிருக்கலாம். அறியாமை என்று நினைக்கும்போது சற்று அதிகப்படியாக யோசனை செய்தாள் மலர். இல்லை. அவனைப் பொறுத்தவரையில் அறியாமை என்று சொல்ல முடியாது. அவன் நிறைய அடக்கி வைத்திருக்கிறான் மனசில். தூற்றும் உலகத்தைக் கொஞ்சம் புரிந்துதான் வைத்திருக்கிறான். போற்றும் சூழ்நிலையை உருவாக்க நேரம் பார்த்துக்கொண்டிருக்கிறான்.

நிழற்குடை பெஞ்சில் உட்காந்தாள். சாய்ந்துகிடக்கும் மூட்டையை நிமிர்த்தி வைத்தாள். சின்ன மூட்டைதான் என்றாலும் ஒவ்வொரு நாளும் இதைத் தூக்கி வரும்போது 'கனமாயிருக்கிறது' என்று நினைத்துக்கொள்ளுவாள். இந்த ரோடு வழியாகப் போகும் ஸ்ரீரத்னா ரோடுவேஸ் பஸ்ஸில் டிரைவரிடம் மல்லிகை மூட்டையைச் சேர்ப்பித்துவிட வேண்டும். பஸ் செஞ்சிக்குப் போவதால் அங்குள்ள பூக்கடையொன்றில் சேர்ந்து விடுகிறது. மூட்டையின் மேல் ஒட்டப்பட்டுள்ள விலாசம் என்னவென்று எந்தக் கடைக்கென்று அவளுக்குத் தெரியாது. தெரிந்துகொள்ளவும் சிரத்தையில்லை.

ஸ்ரீரத்னா ரோட்வேஸில் சில டிரைவர்கள் அடிக்கடி டூட்டி மாறுகிறார்கள். காதர் பாயோ யாரோ சுருட்டை முடிவைத்துக் கொண்டிருக்கும் டிரைவர்தான் சுமூகமானதொரு புன்னகையைத் தவழவிட்டபடி ஓட்டிக்கொண்டு வருபவர். டூட்டி மாற்றி அடுத்தவாரம் வரும்போது முதல்நாள் அன்றைக்கு "சௌக்யமா?" என்றுகூட கேட்பார். வேறொரு டிரைவர் (அவரது பாதி பெயர்கூட அவளுக்குத் தெரியாது) சிரிப்பதே இல்லை. என்னவோ இவர் பாக்கெட்டில் உள்ளதை எடுத்து மற்றவர்களுக்குக் கொடுத்துவிட்டு வெறுங்கையாகிப் போவது போல ஒரு மிரட்சி. கதவைத் திறப்பதும் கதவுப் பகுதிக்கும் டிரைவர் சீட் பகுதிக்கும் இடையில் சின்ன மூட்டையைப் போட்டபின் அந்தச் சின்ன சைஸ் கதவை இழுத்து படாரென்று அடித்து மூடும்போதும் (முகத்தில் ஓங்கி ஒரு குத்துவிடுவது போல) பெரிய ஏரோ பிளேன் டிரைவர்னு நெனைப்பு. மலருக்குச் சிரிப்பு வந்தது. அவரை இன்னும் ஒரு உத்தியோகப் பெயருடன் சம்பந்தப்படுத்தி மேலும் சிரித்துக் கொண்டாள்.

சிரித்துக்கொண்டபோது தேவையில்லாமல் கணபதி ஞாபகம் வந்தது. அவனும் இப்படித்தான். ஒரே ரப் அண்ட் டப்... செல்வத் திமிர்... அந்தச் செல்வத் திமிரும்கூட திருவிழா

லைட் மியூசிக் நடந்துகொண்டிருந்த அந்த நள்ளிரவில் கூட்டத்தோடு கூட்டமாய் அமர்ந்துகொண்டு பாடல்களைக் கேட்டு ரசிக்கும்படியிருந்த அந்த தருணத்தில் புளியமரத்தடியில் பெண்களோடு இவளும் ஆண்களோடு அவனும் இருந்த வாக்கில் பாடலைக் கேட்டுக்கொண்டே, இவளின் சிரிப்பு மலர மலர, மலையுச்சிப் படிகளில் ஏற ஏற காணாமல் போகும் நெற்றி வியர்வைப்போல, இவள் சிரிப்பில் அவன் திமிர் காணாமல் போன நிமிஷங்களோடு கையும் களவுமாய் அகப்பட்டுக் கொண்டு, அப்பாவியாய் அசடு வழிந்த நினைவுகள் தேவையில்லாமல் இப்போது ஏன் வருகின்றன என்று அவளுக்கு ஆச்சரியமாயிருந்தது.

ஆனால் நினைவுகள் எப்போதுமே தேவையில்லாமல் வந்து தொந்தரவு செய்யாதே! இன்னொரு நாள் சித்திரைக் கெரக திருணாவின்போது தெப்பக் குளத்து கல்படிகளில் அமர்ந்தபடி தேனொழுகப் பேசின அவனின் சொற்கள் பறந்துபோன திசையைத் தேடித்தேடி நொந்ததால்தான் இதோ திடும் என்று முளைத்த அந்தப் பழைய காட்சிகள்.

பஸ் இவ்வளவு நேரமாயும் வரவில்லையே என்ற ஞாபகமும் திடீரென்று வந்தது. நேற்று இந்த நேரத்திற்கெல்லாம் பூமூட்டையை வாங்கிக்கொண்டு அன்னமங்கலம் கூட்டுரோடு கடந்து நீலாம்பூண்டியோ வணக்கம்பாடியோ போய்க் கொண்டிருக்கும். நேற்று இந்நேரமெல்லாம் நாராயண்சாமி வகையறா கழனி அருகே பாதையில் நடந்துகொண்டிருந்தாள். அப்போது தான் பள்ளத்திலிருந்து பாதை மேடேறி சைக்கிளில் மண்ணாங்கட்டி வந்தான். பின்னால் இலுப்பைக் கூடை இருந்தது.

படுவேகமாய் மிதித்துக்கொண்டு மேடேறி ரோட்டுக்கு வந்தவன், சடாரென்று பிரேக் போட்டு நிறுத்தினான். பார்த்தான். பொறுமையாக இருந்து விட்டு, "இவ்வளவு தூரம் நடந்து போறியே காலவெயிலு கண்ணக் குத்தல." என்று கேட்டான். "இல்ல" என்றாள். அப்படி ஒரே வார்த்தையில் சொல்லி விட்டதால் அவன் மனம் புண்படலாம் என நினைத்து அப்புறம் புன்னகைத்தாள். "உட்கார்ர்ரயா?" என்று அவன் கேட்டபோது, "வேணாம்" என்று கூறிய பிறகும் கொஞ்சம் புன்னகைக்க வேண்டியிருந்தது.

அவளைப் பொறுத்தவரையில் அந்தப் புன்னகை அவனுக்கு விருப்பமான ஒன்று என்று தெரிந்து வைத்திருந்தாள் அவள். அல்லது அவன் பொருட்டு மட்டும் தன்னிடம் இது நிகழ்ந்து விடுகிறதென்றும் நினைத்தாள். வாராத தலையென்றாலும் பளிச்சென்ற முகமில்லையென்றாலும் சொல்லும் அளவிற்கு வகைவகையான உடைகளில் பெரியதாய் கவனம்

செலுத்தவதில்லையென்றாலும் மண்ணாங்கட்டியின் அந்த நேசமான பார்வை, நடந்து கொள்கிற விதம் எல்லாம் இதம்தான்.

இப்படியெல்லாம் மண்ணாங்கட்டியைப் பற்றியதான நினைவுகளில் மூழ்கி விடுவது களம்வீசப்பட்ட மனசில் யாரோ சாணி தெளித்து சுத்தமாகப் பெருக்கிவிடுவது போலவே இருந்தது. இனி அதில் நெல்தாள் கற்றைகளைக் கொண்டுவந்து கட்டு அடித்து பொனை ஓட்டவேண்டியதுதான் பாக்கி.

ஹாஹ்ஹா . . . என்று வாய்விட்டுச் சிரித்துவிட்டாள். அடடா அக்கம்பக்கம் யாராவது பார்த்துவிட்டு லூசோ என்ற சொல்லிவிடப் போகிறார்கள் என மேலும் சிரித்தாள். சிந்தனை போன திசை அவளுக்கு வியப்பாயிருந்தது. கணபதி என்கிற மத்தியதர குடும்பத்து மனிதனை விட அதற்கும் கீழான தன்னைப் பாதித்த மண்ணாங்கட்டியைப் பற்றிய நினைவுகள்தான் பரவசமாயிருந்தது.

பஸ் வந்ததும் மல்லிகை மூட்டையை ஒப்படைத்து முந்தானையில் முடிந்திருந்த ஐந்து ரூபாய் வில்லையொன்றை டிரைவரிடம் கொடுத்துவிட்டு வேட்டைக்காரன்பட்டியை நோக்கி நடந்தாள்.

இன்றும் மண்ணாங்கட்டி எதிர்கொண்டான். நேற்று எதிர்கொண்ட இடம் நாராயண்சாமி வகையறா கழனிக்கு அருகிலுள்ள சாலையோர வாராவதி அருகே. ஆனால் இன்றோ காணாங்குன்றுப் பாறைகள் ஏடாகூடமாய் இருந்த பாதையருகே. அங்கெங்கிலும் மலை ஓணான் செடிகள் வெளிர்நீலத்தில் பூத்துத் தள்ளியிருந்தன.

நேற்றைக்கு வேணாம் என்ற சொன்னதை எடுத்துக் கொண்டு இன்றும் சைக்கிளில் வேகமாய்ப் போய்விடக்கூடாதாம் என்று மனசு பிசைந்துகொண்டே இருந்தது. நல்லவேளை சைக்கிளை நிறுத்தி, “உட்கார்ரயா?” என்று சட்டென்று கேட்கவும் இவள் ‘உம்’ என்று கூறியவாறே மகிழ்ந்து–இந்த வாழ்வில் இதை விட அனுகூலமான நிமிசம் வேறென்னவாயிருக்க முடியும்–சம்மதிக்கவும் அவன் பின் கேரியரில் இலுப்பைக் காய்கள் நிறைந்திருந்த கூடையை எடுக்கவும் சரியாக இருந்தது. அப்போது, “இனிமே தெனைக்கும் உனக்கு இந்த சைக்கிள்தான்” என்று அவன் சொன்னபோது ஒப்புக்கு என்றில்லாமல் வாய்விட்டு மனசார சிரித்தாள்.

சைக்கிளில் ஏறி அமர்ந்து இலுப்பைக் கூடையை மடியில் வைத்துக்கொண்டு ஒரு கையில் கேரியரைப் பிடித்துக்கொள்ள ஏனோ படபடவென்று அடித்துக்கொண்டது மனசு. இன்றோ

நாளையோ தன் தாத்தா சாவுக்கு வரப்போகிற கணபதி இந்த விழிகளை. இந்த முகத்தை இந்த மனசை ஞாபகம் வைத்துக் கொண்டிருக்கத் தேவையில்லை. என்றோ புதர் மண்டி விட்ட திசைவழியில் மறுபடியும் கால்வாய் வெட்டத் தேவையும் இல்லை.

மேடும் பள்ளமும். குண்டும் குழியுமாய் இருந்த பாதையில் சைக்கிள் ஏறி இறங்கிப் போய்க்கொண்டிருந்தது. பின்னால் ஒரு பொம்பளை ஆள் உட்கார்ந்து கொண்டிருப்பதைக் கவனித்து அதை லாவகமாய் வெளிப்படுத்தியதைப் போலிருந்தது மிதமாய்ப் போய்க் கொண்டிருந்த சைக்கிளின் வேகம். இலுப்பைக் காய்கள் விழாமல் இருக்கக் கூடையை இன்னும் நிமிர்த்தி வைத்துக் கொண்டபடியே பறவைகள் சத்தமிடும் வானத்தைப் பார்த்தாள். ஹோவென்று பெரிய பெரிய கொண்டல் மேகங்களோடு வானம் மந்தாரம் போட்டுக் கொண்டிருந்தது.

சைக்கிளைவிட்டு இறங்கும்போது மண்ணாங்கட்டியிடம், "தலையையாவது ஒழுங்காக படிய வாரச் சொல்லிவிட வேண்டும் – எப்படியாவது" என்று தோன்றியது.

கல்வெட்டு பேசுகிறது, செப்டம்பர் 2009

வண்ணங்களின் வெளிச்சம்

மழைக்காலம் ஆரம்பமாகிவிட்டது. எங்கும் வானம் மந்தாரம் போட்டுக்கொண்டிருக்கிறது. மேகங்கள் திரண்டெழுந்து காட்டுவெளிகளையும் பச்சைப் பசேல் என்ற மலைச்சரிவுகளையும் நனைத்திட நேரம் பார்த்துக்கொண்டிருக்கின்றன. நேற்றிரவு ஆலங்கட்டி மழையால் வழியெல்லாம் சேறும் சகதியுமாய் இருந்தது. கூடவே வழியில் கிளைகள் பலவும் விழுந்து கிடந்தன. அதுமட்டுமின்றி ஏரிக்கரையை அடைய ரொம்பவும் சுற்றுவழிதான் அது.

பாறையில் சறுக்கிச் சென்று விடுவதுதான் உசிதம் என்று சுருட்டிய சார்ட் அட்டைகளைக் கையிடுக்கில் கிடுக்கிக்கொண்டு தரையில் கிடந்த பனை ஓலை ஒன்றை எடுத்தான் செல்லப்பன். அதில் உள்ள பனங்கருக்குகள் ஏற்கெனவே செதுக்கப்பட்டிருந்தன. மட்டையின் முனையைப் பாறையின் பொருத்தமான இடத்தில் வைத்தான். நனைந்திருந்தது ஓலை. தோளிலிருந்த துண்டை எடுத்துத்துடைத்துவிட்டு அதில் உட்கார்ந்துவிடலாம் போலிருந்தது. கையிடுக்கில் இருந்த சுருட்டப்பட்ட சார்ட் காகித அட்டைகள் நழுவாதவாறு தந்திரமாய் இறுக்கியபடி முன் பக்கமாய் இருந்த மட்டையைப் பிடித்துக்கொண்டான்.

சரிவை நோக்கி முதலில் மெதுவாய் ஓலையை அழுத்தி இறங்கினான். பாறையின் சரிவு வழுக்கலில் ஓலை அவனை இதமாய் இட்டுச்சென்றது. பாறை. மிகவும் அகலமாய் நீளமாய் உயரமாய் இருந்ததால்

சிறிய பயணம் சற்று நீளவே செய்தது. பாறையில் வழுக்கிச் செல்லும்போது மனசெல்லாம் இதமாய் இருந்தது.

ஓலை அவனைச் சுமந்தபடியே சற்று நேரத்தில் தரையை நெருங்கியது. கால்கள் தரையில் ஊன்றி அங்கே நிறைய முட்கள் சில இருந்ததை அப்போதுதான் கவனித்தான். சில்பர் அடியில் குத்திநின்ற முட்களை எறிந்து விட்டு ஓலையைப் பாறை உச்சியில் தூக்கியெறிந்து விட்டு-வேறு யாருக்காவது பயன்படும்-அவன் அந்தப் பாறையையே ஒருமுறை வைத்த கண் வாங்காமல் பார்த்தான். தொட்டியானோடு எத்தனை முறை விளையாடி விளையாடி மகிழ்ந்த பாறை இது. கிணற்றில் குளித்துக்கொண்டிருந்தபோது நடுக்கிணற்றில் நீந்திக்கொண்டிருக்கும்போதே காக்கா வலிப்பு வந்து அவன் துடித்து இறந்து சடுதியில் தண்ணீரில் மூழ்கி பிறகு மேலே வந்து மிதந்தது சட்டென்று பாறையை மீறி காட்சி கலங்கலாய் கண்முன் நின்றது.

அவன் நடக்கத்துவங்கினான். அடர்ந்த புல்வெளியின் ஊடே ஒற்றையடிப்பாதை போதுமானதாக இருந்தது. நடக்கும்போது சில்லென்று இடறிய பல சிறுசெடிகளை எடுத்துவைத்து கொஞ்ச வேண்டும் போலிருந்தது.

கையில் இருந்த சார்ட் சுருள்களில் நிறைய ஓவியங்கள் வரையப்பட்டிருந்தன. அந்த ஓவியங்களையெல்லாம் ஆசிரியை பயிற்சிபெறும் இளம் மாணவிகளுக்காகவே அவன் தயாரித்திருந்தான்,

மூன்று நாட்களாய் போட்டுக்கொண்டிருந்த கையில் உள்ள இருபது படங்களும் நேற்று நள்ளிரவுதான் முடிவுற்றது. கடைசிப் படத்தைப் போட்டு முடிக்கையில் தாத்தா பலமாய் இருமினார். கரகரவென்று நெஞ்சை உடைத்தது அப்போது. அந்த இருமல் இந்த மாணவியின் ஒரு செட் படங்களை முடித்து விட்டதற்கான முத்தாய்ப்பாய் விளங்கியது. தாத்தாவுக்கு வாங்க வேண்டிய மருந்துகளை ஞாபகப்படுத்திக்கொண்டான்.

சித்திரங்கள் தீட்டுவதென்பது அலாதியானதுதான். ஆனால் நேரங்களை நெருக்கியவாறு கணக்கற்ற பல சார்ட்களில் அழகுபெறத் தீட்டுவது என்றால்? செல்லப்பனின் மனசெல்லாம் வலியின் பரவல். ஒரு படத்திற்கு எண்ணி நான்கு ரூபாய் தருகிறார்கள்.

சார்ட், ஸ்கெட்ச் பென் எல்லாம் அவர்கள் வாங்கிக் கொடுத்துவிடுகிறார்கள்தான். ஆனால் கிட்டத்தட்ட மூன்று மணிநேரம் செலவழிய – ஒரு சில படங்கள் அரைமணியில்

முடிந்துவிடும். அது வேறு விஷயம்—ஒரு சார்ட் வரைந்து முடிக்க நான்கு ரூபாய் என்பது கட்டுப்படியாகக் கூடியதுதானா? சென்ற வருட மாணவிகளே மூன்று ரூபாயிலிருந்து ஐந்து ரூபாயாக உயர்த்தித் தந்தார்கள். இந்த வருடம் இவர்களுக்கென்ன வந்தது? இது பெரிய கலை பொக்கிஷம் கணமாய் பணமுடிப்பு கொடுங்கள் என்று கேட்க வரவில்லை. உழைப்பு. கையொடிய விரல்கள் வலிக்க சக்தியெல்லாம் ஒருங்கே செலுத்திய தவம். உள்ளங்கையகல உருவப் படத்தை சார்ட் அளவுக்கு வளர்த்திய கடினம்.

ஏன் ... ஏன் உழைப்புக்கேற்ற ஊதியம் கொடுக்கத் தயக்கம்?

பின்னாட்களில் இந்தப் பெண்கள் பள்ளி ஆசிரியைகளாகப் பணிநியமனம் பெறும்போது அதற்கேற்ப அமையப்போகும் சமூகக் கௌரவத்தைப் பற்றி அறியமாட்டாதவனா நான்?

அவன் மனம் மேலும் கோபம் அடைந்தது. திடீரென்று என்னவோ தோன்ற சட்டென்று விரக்தியடைந்தான். என்ன இது? கடைசியில் கீழ்த்தரமான மன உளைச்சல்களும் கோபமும் நமக்கு வருகின்றன?

மேற்கொண்டு எதுவும் சிந்திக்க விரும்பாதவனாய் மனதை வெகு அமைதியாக்கினான். சிந்தனையை மௌனம் அடையச் செய்து தொடர்ந்து மெதுவாக நடந்தான்.

அந்த விடியற்காலையிலேயே வானம் நன்றாக இருட்ட ஆரம்பித்தது. மழைவரும் போலிருக்கிறது. மேகங்கள் சூழ்ந்துவரும். இந்தப் படங்கள் எல்லாம் நனைந்து விடும். கிடைக்க வேண்டிய பணமும் போய்விடும். அவன் பயந்தான்.

பச்சையம்மன் கோயில் குளத்தருகே இருந்த மண்டபத்தில் பழமரங்களின் காவல்காரன் குடித்துவிட்டு விளிம்பிலிருந்து கீழே விழுந்து விடக்கூடிய கணக்கில் படுத்துக்கொண்டிருந்தான். சட்டென்று ஏனோ சிரிப்பு வந்தது. எப்படியாயினும் இவனும் நண்பனும் யாருக்கும் தெரியாமல் நொச்சூர் தோப்பில் கள் குடித்துவிட்டு அது ஏகமாய் தலைக்கேறியதால் தாயனூர் ஓடைப்பாறையில் விழுந்து கிடந்த அந்த கருக்கல் இருட்டு வெளிச்சம் ஞாபகத்திற்கு வந்தது. அதற்கப்புறம் குடிப்பதற்கான வாய்ப்புகள் வரவே இல்லை.

வளமான புற்கள் வழியாக மண்டபத்தை அடைந்தான். படிகளில் ஏறி முதல் வேலையாக அந்தக் காவல்காரனைக் கால்களைப் பிடித்து தரதரவென நடுமண்டபத்திற்கு இழுத்துவந்துவிடவும் மழை பலங்கொண்ட மட்டும் வரவும்

சரியாக இருந்தது. கீழே வைக்க வேண்டியிருந்த அந்தப் படச்சுருள்களை மறுபடியும் எடுத்து கக்கத்தில் இடுக்கிக்கொண்டு தூணோரம் வந்து சாய்ந்து நின்றவாறே மழையின் ஆதிக்கத்தை உற்று கவனித்தான்.

பல அழகிய மரங்களும் செம்பழுப்பு, கருநீல பாறைகளும்கூட நனைந்தன. தூரத்தில் மலை ஓணான் செடிகளின் வெந்நிறப் பூக்கள் மழையிலும் பளிச் பளிச் என்று தெரிந்தன. மலர்கள் நனைவது அவ்வளவு அழகாய் இருந்தது. நன்றாக மழை வலுக்க எங்காவது ஒதுங்குவதுதான் என்ன ஒரு நல்ல விஷயம். அப்படி ஒதுங்கி நிற்க வலுத்த மழையைப் பார்த்தபடியே சின்னதாய் ஏதாவதொரு நினைவு நெஞ்சை முட்டுவதுதான் என்னவொரு சுவாரஸ்யம். எவருக்காகிலும் அந்த நேரத்தில் அநேகமாக இதழ்க்கடையில் சிரிப்புவரும் ஒரு இனிய நினைவாகவோ அல்லது பழைய மீண்டும் கிடைக்கப்பெறாத ஒரு சில சம்பவங்களின் தொகுப்புகளை அள்ளிக் கொண்டுவரும் சோக நினைவாகவோ அல்லவா அது இருந்துவிடுகிறது.

தனக்கும் இன்று அப்படியே பழைய நினைவுகள் வருவதை அவன் கவனித்தான். இளவயதில் தொட்டியானோடு சேர்ந்து கோட்டை மேட்டு கொடிப் பாறையில் செதுக்கிய கற்சித்திரங்கள் ஞாபகத்திற்கு வந்தன. முக்கியமாக தொட்டியான் செதுக்கிய எல்லை நாச்சியார் சிலை எவ்வளவு ஒரு கம்பீரமாய் அருள்கனிந்த பார்வையோடு இன்னமும் குலையாத பொலிவோடு இருக்கிறது. அவன் அடியெடுத்துக் கொடுத்த பாதையில் இதோ என் கைகள் ஆயிரக்கணக்கான படங்களை வரைந்துவிட்டன. பதினைந்து வயதிற்குள் பல ஆயிரம் படங்கள் வரைந்தும் துளியும் பயனில்லை. எங்காவது வெளியே அழைத்துச்சென்று ஒரு ஓவியக் கல்லூரியில் சேர்ப்பார்கள் என்று எண்ணி ஏங்கித் தவித்து ஏமாந்த நினைவுகள் மெல்ல அவனை வந்து இம்சிக்கத் தொடங்கின. வறுமையை விரட்ட முடியாமல் வறுமை வந்து கூலி வேலை பார்க்கும் தன் அப்பா அம்மாவை இந்த உலகத்தைவிட்டே விரட்டும் பயங்கரம்தான் எவ்வளவு ஒரு கொடிய யதார்த்தம்... கடைசியில் பக்கத்தூர் ஹையர் செகண்டரி பள்ளியில் மேல்நிலை இரண்டாமாண்டு படிப்பையேகூட கசப்பு மருந்தாக நினைக்க வேண்டியதாகிவிட்டதே.

சித்திரத்திற்கும் தனக்கும் இருந்த உறவு திடீரென்று அறுந்த அந்த நாட்களை ஒருமுறை நினைத்துப் பார்த்தான். அவன் கன்னங்களில் சட்டென்று கண்ணீர் கோடுகள் கிடைத்தன. சோக இரைச்சல் நெஞ்சில் எழ எழ மேலும் மேலும் கண்ணீர் கோடுகள் கிடைத்தன.

சோதனைகளின் பின்னணியாக இருந்து சில சாதனைகளை முகவரியில்லாமல் அரும்பக் கூடச் செய்யாத வேதனையை நினைத்து வலித்தது அவன் மனது. எல்லாவற்றையும்விட திரும்ப வராத தொட்டியானுடனான இளமைப்பருவம். – பால்ய நினைவுகள் நெஞ்சை அதிகம் முட்டியது. மழை நின்றது போலிருந்தது. தோளிலிருந்து துண்டை எடுத்துக் கன்ன ஈரங்களையும் பனித்துளி அரும்பியது போன்ற விழிகளையும் துடைத்தான். தூறல்கள் நிற்கும்வரை காத்திருந்து (அதற்குத்தான் நீண்ட நேரம் காத்திருக்க வேண்டி வந்தது), படிகளில் இறங்கி கொய்யா மரங்கள் வழியாக நடந்தான் அங்கே நாக மரம், நெல்லி மரங்களும் கூட இருந்தன. மழையில் நனைந்து கனத்து இருந்தன. கீழே விழுந்திருந்த கொய்யாக்காய்களில் ஒன்றையெடுத்துக் கடித்தான். அதன் மாயருசி அவன் முகத்தைச் சட்டென்று மலர வைத்தது.

மழைவிட்ட அந்த நேரம் எங்கும் ரம்மியமாய் இருக்க தாழ்ந்த கிளைகள் அருகே நடந்து அவற்றைக் கடந்து மீண்டும் அடர்ந்த புற்கள் அடர்ந்து நிற்கும் பூண்டுச் செடிகள், கரிசலாங்கண்ணி, குப்பமேனி, அவிஞ்சி செடிகளில் நடக்கப் பிடித்திருந்தது. கிளைகளை நீர்த்தெளிக்கச் சிலுப்பிவிட்டு மரங்களைவிட்டு பறவைகள் பறந்து சென்றன. எங்களுக்கு இனி ஜாலி என்பது போலிருந்தது அவை. வானத்தில் போட்ட வட்டம். வானம் வெளிவாங்கி விட்டது. விரைவில் சூரியன் வரலாம்.

மழையில் குளித்திருந்த மரப் பாலத்தில் ஏறி நடந்தபோது தூரத்தில் ஏரிக்கரை தெரிந்தது. ஏரிக்கரையை நெருங்குவதும் அதன்மீது நடக்கத் தொடங்கியதும் நிறையநேரம் ஆகிவிடவில்லை என்றாலும் ஏதோ ஒரு பெரிய யாத்திரை போல உணர வேண்டியதாயிருந்தது.

தூரத்தில் ஒரு காகம் எதையோ கொண்டுவந்து போட்டு கொத்திக்கொத்திக் கொண்டிருப்பதைப் பார்த்ததும் மனசை பிறாண்டியது. வயிற்றை குமட்டியது. வெகுவேகமாக அதைக் கடக்க வேண்டியிருந்தது.

மீண்டும் தன்னுடைய ஓவியத் தொழில் பற்றிய ஞாபகம் வரவே அவன் துவண்டு போனான்.

சரி பணம் கூட பெரிய விஷயமில்லை. படம் நன்றாக உள்ளது – இல்லை பரவாயில்லை – சரி அதுகூட வேண்டாம் – அதில் குறை, இதில் குறை – ஒரு வார்த்தை சொல்லப் போகிறார்கள் புண்ணியவதிகள்.

இவர்கள் கொடுக்கிற காசுகளுக்காகவே வரைந்து வரைந்து தள்ளுகிற இயந்திரம் என்று நினைத்து விட்டார்களா?

ஓவியங்கள் பற்றிய விமர்சனம் நல்லதோ கெட்டதோ ஏன் ஏன் சொல்லவில்லை.

இந்த ஓவியங்களுக்காக நான் படும் உபாதைகள் அந்தக் கோடுகளில் மறைந்திருக்கும் என் பழைய இளமை நினைவுகள், வளைவுகளில் உள்ள என் நிறைவேறாத ஆசைகள்... தெரியவில்லையா... தெரியவில்லையா?

அவர்களுக்குத் தெரிய நியாயமில்லைதான். ஆனால் படம் வரைந்துகொண்டு போய் கொடுத்தவுடன் பெரிய விக்டோரியா மகாராணிகள் போல் பார்ப்பதுவும் எங்கேயோ பார்த்துக் கொண்டு சார்ட் சுருள்களை வாங்கி வைத்துக்கொண்டு "இந்தா பணம் போய் வா" என்பதுவும் என்ன பண்பு? எந்த குருமார்கள் சொல்லித் தந்தார்கள்?

அவன் முகம் வித்தியாசமாக மாறிக்கொண்டிருந்தது. சின்ன வயசிலிருந்தே தன்னிடமிருந்து வேலைகள் மட்டும் வாங்கிக் கொண்டு, பயன்பெற்று ஒரு ஷொட்டு கூட கொடுக்காத உலகம் தான் இது. இதனிடம் போராடி என்ன ஆகப்போகிறது. ஏதோ வாழ்கிற வரை வாழ்ந்துவிட்டுப் போகவேண்டியதுதான்.

சின்ன வயதில் போட்ட திட்டங்கள், எட்டுவதற்கு எண்ணி யிருந்த உயரங்கள், சமூக ஏற்றத்தாழ்வுகளைக் களைவதற்காக போராட எண்ணியிருந்த குறிக்கோள்கள், நோக்கம், ஆசை, கனவுகள் எல்லாம் சின்னாபின்னம்.

"சரி, சரி மேலும் சிந்தனை போதும். இது போன்ற நேரங்களில்தான் அமைதியாக இருக்க வேண்டும்" என்று எண்ணினான். அதிக மன உளைச்சல் ஏற்பட்டால் மூளை சூடாவது போலவும் மாறுவதை அவன் ஏற்கெனவே உணர்ந்திருந்தான்.

தூரத்தில் பறவை ஒன்று நீரில் நீந்திச் சென்றதைப் பார்க்கமுடிந்தது. அது என்ன பறவை என்று எப்போதோ கேட்டுத் தெரிந்துகொண்டதை அடிக்கடி மறந்து போனதை அவன் நினைத்துக்கொண்டான்.

நீர்க்கோழி என்ற ஞாபகம் வந்ததும் மேலும் உற்றுப்பார்த்தான். அதன் யௌவன சிருங்கார சதை, மூக்கு, கண்கள், இறகுகள் அதற்கு தரை மட்டம் போன்ற தண்ணீர்வெளி எல்லாவற்றையும் தன் சார்ட் காகிதத்தில் அடக்க முடியும் என்று தோன்றியது அவனுக்கு. ஆனால் எவ்வளவோ படங்கள் இப்போதெல்லாம் தீட்டியும் அவையெதுவும் தனக்குச் சொந்தமில்லை என்று புரிந்தபோது சட்டென்று அவன் பயந்தான். பின்னாட்களில் எப்போதாவது ஓய்வு கிட்டும்போது நான் நிறைய வரைந்துவைத்துக்கொள்ளலாம்

என்று முடிவு கிடைத்தபோது அமைதியுற்று மனம் லேசாகி மகிழ்ந்தான்.

கொன்றை மலர்கள் ரத்தச் சிவப்பில் பூத்துக்குலுங்கும் அடர்ந்த அந்த மரங்களை நெருங்கியதும் கிராமமும் நகரமும் அல்லாத நடுத்தரமான அந்த ஊரை அடைந்துவிட்டோம் என்ற நம்பிக்கை எழுந்தது. தென்னந்தோப்பைக் கடந்ததுமே நிறைய கட்டடங்களும் மைதானங்களும் அடங்கிய பள்ளிக்கூட மதில் சுவர், அடுத்து ஒரு வால்பட்டறை அதற்கப்புறம் ரைஸ்மில், மாவுமில், லைப்ரரி, சின்ன கடைத்தெரு, திரௌபதியம்மன் கோவிலும் அதற்கான பாரதம் நடத்தும் பிரமாண்ட வெளியும், ரேஷன் கடை, கரண்ட் ஆபீஸ். எல்லாம் கடந்து பெட்டிபெட்டியாய் வீடுகள் அடங்கிய சுத்தமான தெருவில் நடந்தான்.

எண்: 5 என்று போடப்பட்ட காம்பவுண்டு கிராதி கேட்டின் தாழ்ப்பாளைத் தட்டினான். நாளிதழ் சகிதமாக ஒரு பெரியவர் வந்தார்.

"சங்கரியத்தானே பாக்க வந்தீங்க உள்ள வாங்க..."

அவன் நேரே சென்று எட்டிப் பார்த்தான். உள்ளே சங்கரி குளிர்சாதனப் பெட்டியிலிருந்து என்னவோ எடுத்துக்கொண்டிருந்தாள். இவனையும் கையிலிருந்த சார்ட் சுருள்களையும் பார்த்து விட்டு, "அடடே நீங்களா. ... வாங்க வாங்க உள்ள வாங்க" என்றாள்.

"படமெல்லாம் போட்டு முடிச்சாச்சா..."

"ம் போட்டாச்சு உங்களது இருபது படம்தானே முடிஞ்சிடுச்சி... நிறைய வேலைங்க, தாத்தாவுக்கு வேற உடம்பு சரியில்ல. அதோட மேப் போடுறபோது ரொம்ப நேரம் இழுக்குது.. அது தவிர,"

"சரி பரவாயில்ல விடுங்க... சார்ஜ் எவ்வளவு பண்றீங்க? படத்துக்கு நாலு ரூபாய்தானே அப்போ உங்களுக்கு எண்பது ரூபாதானே சேரணும்?"

"ஒரு சின்ன ரிக்வெஸ்ட். நான் ஏற்கெனவே பி.டி. வாத்தியார் சொல்லியிருக்கேன். ரெண்டு ரூபாய் போட்டுக்கொடுக்கச் சொல்லி சொல்லுங்கன்னு..."

"என்ன சொன்னார்..."

"போடுங்க பாப்போம்னார். வீட்ல தாத்தாவுக்கு உடம்பு சரியில்ல. மருந்து வேற வாங்கணும். ஒரு ஒரு படமும்

வரையறத்துக்கு ரொம்ப கஷ்டமா இருக்குதுங்க. நிறைய நேரமும் ஆகுது. ஸ்ட்ரெய்ன் பண்ண வேண்டியதாயிருக்கு. அதோட இல்லாம கொஞ்ச நாளைக்கு முன்னால செத்துப் போய்ட்ட என் பால்ய நண்பன் ஒருத்தனோட படம் வரைஞ்சிருக்கேன். அத லாமினேட் செஞ்சி அவங்க வீட்டுக்குக் கொடுக்கணும்னு... ஆசை..."

"சார் கொஞ்ச நேரம் இருங்க கேஸ் அடுப்பு ஆப் பண்ணிட்டு வந்துட்ரேன். சாப்பாடு ரெடி பண்ணணும். அண்ணன் பையனை கான்வெட்டுக்கு வேற அனுப்பணும்."

அருகே ஒரு சிறுவன் ஷூக்களைப் போட திணறிக் கொண்டிருந்தான். அவள் சமையலறை சென்றாள். அருகே இருந்த அறையிலிருந்து ஒரு இளைஞன் வந்தான். அவனை இவன் தாசில்தார் ஆபீசில் பலமுறை பார்த்திருக்கிறான். ஒரு அரசு உத்தியோகஸ்தன். வாகாக வாரப்பட்ட தலைமுடியுடன் இருந்த அவன் அடிக்கடி டக்இன் செய்யப்பட்டது சரிதானா என்று அடிக்கடி இடுப்பு பேண்ட்டையும்,பெல்ட்டையும் சட்டையையும் துல்லியமாக சிறுபுள்ளி அளவுகளில் இழுத்து விட்டுப் பார்த்தான். "சங்கரி அண்ணி வந்தா சொல்லிடு. அண்ணன் கிளம்பிட்டார்னு. எனக்கு டயமாயிடுச்சி. குழந்தையை அவளையே கொண்டுபோய் ஸ்கூல்ல விட்டுடச்சொல்லு. நான் கௌம்பறன்." அவன் சென்று விட்டான்.

அவள் இன்னொரு அறைக்குச் சென்று பீரோ திறக்கும் சத்தம் கேட்டது. பணம் கொண்டுவந்து அவனிடம் கொடுத்தாள். "இந்தாங்க, இதுல எண்பது ரூபா இருக்கு."

"அப்போ நாலு ரூபாய்ன்னுதான் கொடுத்திருக்கீங்க. படத்து மேல ஒரு ரூபாய் சேத்துக்கொடுங்க."

அவள் மீண்டும் உள்ளே சென்றாள்.

இவனுக்கு என்னவோ போலிருந்தது. ஏனோ கோட்டை மேட்டு கொடிப்பாறையில் எந்த பிரதிபலனும் பார்க்காமல் தொட்டியான் செதுக்கிய எல்லை நாச்சியார் கல்சித்திரங்கள் ஞாபகத்திற்கு வந்தன. எவ்வளவு கம்பீரமான படைப்பு... அவன் இந்த உலகத்தைவிட்டுச் சென்றதுதான் சிறந்த விஷயம். கேவலம், மனிதர்களை அந்தஸ்து பார்த்துப் பிரித்துவைக்கும் பணத்தால் விலைபேசி இதோ என் படைப்புகளை நான்தான் எவ்வளவு பலவீனமாய் ரசிக்கத் தெரியாத ஜடங்களின் காலடிகளில் கொண்டுபோய் வைக்கிறேன்.

இனி தூரிகையைத் தொட வேண்டாம் என்ற முடிவுக்கு வந்தான். அப்படியே தொட்டாலும் அது பணத்துக்கானதாக

இருக்க வேண்டியதில்லை. ஆனால் பணம் வேண்டும். பணத்திற்கு வேறு ஏதாவது ஒரு வேலையை நாளையே தேட ஆரம்பிக்க வேண்டியதுதான். இனி யார் வந்து வெற்றிலைப் பாக்கு வைத்து அழைத்தாலும் தேவையில்லை.

உள்ளே சென்றவள் இருபது ரூபாய் கொண்டுவந்து அவனிடம் கொடுத்தாள். "நூறு ரூபாய் சரியாப் போச்சில்ல... உங்க முகத்த பாத்தா பாவமா இருந்தது. அதனாலதான் இருபது ரூபாய் போட்டுக்கொடுக்கறேன். மத்தபடி எனக்கு ஒரு விஷயம் பேசினா அதுல கரெக்டா இருக்கணும். அடிக்கடி மாத்தக்கூடாது. பரவாயில்ல. போய்ட்டுவாங்க" என்று கூறியவாறே ரப்பர் பேண்ட்டு இறுக்கிய ஓவிய சார்ட் சுருள்களை அவன் கண் எதிரே தூக்கி சுவரோடு சுவரோக ஒட்டியிருந்த அலமாரியின் முதல் தட்டில் போட்டு கண்ணாடி கதவுகளை இழுத்து விட்டாள். இதை நேராக பிராக்டிகல் இன்ட்டனல் அன்று கொடுக்கவேண்டியதுதான் போலிருக்கிறது. அவன் எழுந்தான் மனம் மிகவும் வெறுப்பும் விரக்தியும் ஆகிக்கொண்டிருந்தது. இந்தப் பெண்ணும் ஓவியங்களைப் பிரித்துப் பார்க்கவில்லை. கடவுள் சாட்சியாக இனி நான் தூரிகையைத் தொடமாட்டேன் என்று அவன் மனம் அரற்றத் தொடங்க நடந்து வெளியே சென்றான்.

அதே சமயம் உள்ளே நுழைந்த பெரியவர், "நேத்து பேப்பர பாத்தியா சங்கரி..." என்று கேட்க, "தெரியலையே தாத்தா" என்ற அவளின் குரலை உள்வாங்கியவாறே கண்ணாடி அலமாரிக்குள் அதைத் திறந்து நேற்றைய நாளிதழ் ஒன்றை தேட முற்பட்டார். அதை இதை என்று கலைத்தபோது அந்த சார்ட் சுருள்கள் கீழே விழ ரப்பர் பேண்ட் தூரத்தில் எகிறி விழ சித்திர மடல்கள் அழகாய் விரிந்தன. நாளிதழ் தேடிக்கொண்டிருந்தவர் யதேச்சையாக அந்த மடல்களை பார்க்க "ஐயோ" என்று அலறினார். என்னமோ ஏதோ என்று ஆசிரியைப் பயிற்சிப் பள்ளிக்குக் கிளம்ப காபிக்கலர் சீருடை புடவைக் கட்டிக் கொண்டவள் வேகமாக ஓடிவந்து, "என்னாச்சு தாத்தா கீழே ஏதாவது விழுந்துட்டீங்களா?" என்று கேட்டாள்.

"இல்லடா குட்டி இந்தப் படங்களை நீ பிரிச்சி பாத்தியா? இங்கே பாறேன்."

"இல்ல தாத்தா என்ன சொல்றீங்க..." அவள் நின்றபடியே பார்த்தாள்.

அஜந்தா ஓவியம். மடங்கிய கரத்தில் மலர் ஏந்தி ஒயிலாய் நின்ற (வி)சித்திரம். சௌந்தர்யமாய் இருந்த அஜந்தா ஓவியத்தைக் கண்டு அவள் பிரமித்துப் போனாள். சித்திரத்திலிருந்து

வண்ணங்களின் வெளிச்சம் அவள் கண்களைக் கூச வைத்தது. எவ்வளவு அற்புதமான ஸ்கெட்ச் பென்சில் மாயம். தலையில் சின்னதான கிரீடம். கவிதை சொல்லும் கண்கள் செம்பவள மூக்கு சின்ன இதழ்கள், கரங்களில் அணிகலன்கள், கழுத்தில் அட்டிகை, இடையில் வண்ண ஆடை, ஆஹா... உயிரோவியம் இதுவே. தத்ரூபம் என்று இதைத்தானோ சொன்னார்களோ அன்று.

தாத்தா ஒவ்வொரு ஓவியமாய் உட்கார்ந்து பார்த்தார். இவளும் தரையில் உட்கார்ந்துகொண்டாள். அத்தனையையும் விரித்து வைத்து தாத்தா பார்க்கத் தொடங்கிவிட்டதை ஒருவித பதற்றத்தோடும் ஆவேசத்தோடும் உணர்ந்து அவளும் உடன் கவனிக்க ஆரம்பித்தாள்.

காரல் மார்க்ஸ், மாசேதுங், லெனின் போன்ற படங்களில் கண்கள் அனல் தெறிப்பது போலும் இதழ்கள் சிரிப்பின் துளியை வெளியிட்டது போலும் இருந்தன.

தீரன் திப்புசுல்தான், ஜான்சி ராணி லக்குமிபாய், பகத்சிங், திருப்பூர் குமரன், மகாத்மா காந்தி, பாரதி என இந்திய விடுதலைக்காக பாடுபட்டவர்கள் படங்கள், தனித்தனி சார்ட்களில் தஞ்சை பெரிய கோவில், கங்கை கொண்ட சோழபுரம், மாமல்லபுரம், மதுரை மீனாட்சியம்மன் கோவில் என சோழ, பல்லவ, பாண்டிய மன்னர்களின் கட்டிடச் சிறப்புகள், செங்கோட்டை, குதும்பினார், தாஜ்மகால் என இசுலாமிய மன்னர்கள் கட்டிடச் சிறப்புகள் போன்றவை தனித்தனிச் சார்ட்கள், தவிர காலமுறைப்படி இந்தியாவில் மழைப்பெய்யும் பிரதேசங்கள் பிரேசில் நாட்டு பயிர்த்தொழில்கள் முல்லைத் திணையில் தலைவனைப் பிரிந்து உடல் மெலிந்த தலைவியின் சிருங்கார பார்வையை வடித்த ஓவியம். சேற்றில் கால்வைத்து ஏர் ஓட்டும் ஒரு விவசாயி.

சங்கரியின் மனம் வியப்பின் எல்லைக்கே சென்றது. வாய்விட்டுச் சொன்னாள். "அவன்தான் எவ்வளவு பெரிய கலைஞன்... நான் அவன் மனசை நோகடிச்சிட்டேன் தாத்தா..."

"என்னது நோகடிச்சிட்டியா.... எதுக்காக சொல்லு எதுக்காக அவனை நோகடிச்சே..."

"பொதுவா இந்த மாதிரி ஒரு ஸ்டூடன்ட்டோட ஒரு செட் படங்களுக்கு என்பது ரூபாய்தான் தரது வழக்கம். ஆனா ஒரு இருபது ரூபா சேத்து கேட்டான். நான் ரொம்ப அலுத்துகிட்டேன். ஒரு மாதிரி வித்தியாசமா பேசிட்டுத்தான் மீதி இருபது ரூபாயை சேத்துக்கொடுத்தேன்..."

"என்னது இவ்வளவு படங்களுக்கு சேத்து வெறும் நூறு ரூபாய்தான் கொடுத்தியா? உங்க அப்பா அம்மாவை விடு.

எங்கிட்ட கேட்டிருந்தா நான் கொடுத்திருப்பேனே ஐநூறு ரூபா. சரி எங்கே அவன். கூப்பீடு அவனை…"

"இல்ல தாத்தா அவன் போய்ட்டிருப்பான். நாளைக்கு எப்படியும் பள்ளிக்கூடத்துக்கு வருவான் மத்தவங்ககிட்ட ஆர்டர் கேப்பான்."

"அவன் எங்கிருந்து வரான்… அவன் பேரு என்னா…"

"அதெல்லாம் ஒன்னுமே எங்களுக்குத் தெரியாது தாத்தா, அவன் ஊரு பேரு எல்லாம் தெரிஞ்சவங்க பி.டி.வாத்தியார்தான். அவங்களும் நேத்துதான் ட்ரான்சர் ஆகி போனாங்க… அதனாலென்ன… நாளைக்கு பள்ளிக்கூடத்துக்கு வந்தான்னா நான் வீட்டுக்கு கூட்டிட்டு வரேன்…"

"இல்ல எனக்கு அவனை இப்பவே பாக்கணுமே… அவன் கையைத் தொட்டு ஒத்திக்கணும்…"

வேகமாக வெளியே வந்தார். பேத்தியும் ஓடி வந்தாள்…. கிராதி கேட்டைத் திறந்தவர் தெருவில் நின்று பிறகு தெருமுனை வரை சென்று பார்த்தார்.

அவன் நடந்து வந்த பாதை அதுதான் என்ற ஞாபகம் மட்டும் அவருக்கு இருந்தது. ஆனால் அது எந்த திசையை நோக்கி மட்டும் செல்கிற பாதை. கிராதி கேட்டிற்கே திரும்பி வந்து நின்று ரொம்ப நேரம் நின்றுகொண்டிருந்தார். வான வெளிகளை உற்றுப்பார்த்தார். அதில் கூட சில மேகங்கள் வளைந்து வளைந்து ஒரு பாதையை உருவாக்கியிருப்பதாகப்பட்டது. அது காற்று வரைந்த பாதை, இயற்கையெனும் ஆதிமூலத்தின் பாதை. ஆனால் இதயம் தேடுகிற பாதை? … அது வெற்றுவெளியைவிட விரிவான பாதையாக இருந்தது.

தாமரை, மே—ஜூன் 2008

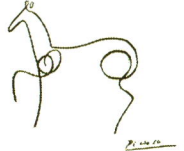

சர்ப்பம்

தெருவில் நுழையும்போதே அங்குமிங்குமாக ஆட்கள் நின்றுகொண்டிருப்பது ஏதோ குழப்பம் நடந்துகொண்டிருப்பதற்கான அறிகுறியாகத் தென்பட்டது. ஏதோ நடந்திருக்கிறது அல்லது நடந்துகொண்டிருக்கிறது. யாரோ என்னை நிந்திக்கிறார்கள். என்னை அழைக்கிறார்கள். இல்லை, என்னை அழைக்கவில்லை. இல்லை, அழைக்கிறார்கள். அது எனக்கு மிகவும் நெருக்கமான வருடைய குரல் தான். ஆனால் இது மிகவும் அந்நியத்தனமாக இருக்கிறதே. எங்கிருந்து அக்குரல் வருகிறது? "என்ன விஷயம்? என்ன நடக்கிறது இங்கே?" குரல்கள் என் கேள்வியை வீழ்த்திக் கெக்கலிக்கிறது. அப்படியென்றால் என்னுடைய கேள்வி ஒரு பொருட்டில்லை என்று தானே அர்த்தம். ஆனாலும் அவர்களுடைய பேச்சின் வழி அம்மா வந்திருக்கிறார்கள் என்பது மட்டும் எனக்குப் புரிகிறது.

அம்மா சித்தியின் வீட்டுத் தாழ்வாரத்தில் வருத்தத்தோடு உட்கார்ந்திருக்கிறார்கள். அம்மாவைப் பார்க்க என்னை அனுமதிக்க மறுக்கிறார்கள். இவர்களுக்கு என்ன உரிமை இருக்கிறது என்னை மறுக்க? அம்மாவைப் பார்க்க வேண்டும் என்கிற தவிப்பு மட்டும் அதிகரித்துக்கொண்டே இருக்கிறது. கூட்டத்தை விலக்கிக்கொண்டு பாய்கிறேன். யாருடைய கையோ என்னை அறைகிறது. கண்களில் இருள் படர்கிறது. ஆட்களைத் தள்ளி விட்டுக்கொண்டு சித்தியின்

வீட்டு வாசலை நோக்கி ஓடுகிறேன். அம்மா தாழ்வாரத்தில் சப்பணமிட்டு அமர்ந்திருக்கிறாள். அம்மா மெஜந்தா வண்ண பட்டுப்புடவை அணிந்திருக்கிறார். சிதையில் வைத்து எரித்தபோது அம்மா கட்டியிருந்த புடவையைத்தான் இப்போதும் அம்மா கட்டியிருக்கிறார். கடைசியாக பார்த்தபோது ஏதோ புஷ்பக விமானத்தில் அமர்ந்திருப்பது போல அமர்ந்திருந்தார். அம்மாவின் அந்த நிலைக்கு நான் தான் காரணம் என்று எல்லோரும் சொல்கிறார்கள். நானா காரணம்? இல்லை!

அருகில் சென்றேன். புன்னகைத்தார்கள். அதுவே போதுமானதாக இருந்தது. சற்றுமுன் அம்மா தெருவுக்குள் நுழைந்தபோது தெரு வெறிச்சோடியே கிடந்தது. வீட்டிற்குச் சென்றிருக்கிறார். வீடு பூட்டியிருக்கிறது. கதவைத் தட்டியிருக்கிறார். கதவு திறந்துகொண்டது.

கதவை நான் பூட்டவேயில்லை. சாவியைத் திண்ணைக்கு மேலே உள்ள மரத்தூண்கள் முட்டி நிற்கும் எரவானத்தில் செருகியிருந்தேன். கதவைத் திறந்து எட்டிப் பார்த்திருக்கிறார். குரல் கொடுத்திருக்கிறார். வீட்டில் எவருமில்லை. இருபத்தைந்து ஆண்டுகளாகப் புழங்கின வீடு இப்போது அன்னியமாகத் தோன்றுகிறது.

“அம்மா வாம்மா, நான் செய்யலை. இவர்களிடம் சொல்லுமா?” என்னை மீறி அழுகை வந்தது. உண்மையில் அம்மாவின் மடியில் விழுந்து அழவேண்டும் போலிருந்தது. எந்த அளவுக்கு அது சாத்தியம் என்று தெரியவில்லை. ஆனால் அந்த நேரத்தில் இன்னொன்று நடந்தது.

தங்கையின் வீட்டு வாசலில் அமர்ந்திருந்த அம்மா திடுமென்று எழுந்து வேகமாகத் தெருவுக்கு வந்தார்கள். அவர்கள் அப்படி வந்ததே எனக்குப் பாதி தைரியத்தைக் கொடுத்தது. அம்மா படியிறங்கி நடந்து வரும் பாதைக்கு வழிவிட்டு சற்றுத் தள்ளி நின்றேன்.

விசாலமான பாதையொன்றில் நடந்துகொண்டிருந்தேன். பாத்தியண்ணன் வீட்டுக் கொல்லைப் பக்கத்து காட்டுவா மரக்கிளை ரோட்டுக்குக் கவிழ்ந்து வந்திருந்தது. அதன் மீதிருந்த கருநாகம் ஒன்று தொப்பென்று என் தோள் மீது விழுந்தது. என் இடது கையில் விழுந்து சரசரவென்று ஏறிக் கையை சுற்றிக்கொண்டு படம் எடுத்து என்னைப் பார்த்து லேசாக அசைந்து கொண்டிருந்தது. “எப்படியிருக்கே?” என்று கேட்டு வைத்தேன். அது ஒன்றும் சொல்லவில்லை. வழியில் டிரான்ஸ்பார்மர் ஒன்று வெடித்துக் கிடந்ததைப் பார்த்தேன். எங்கும் அழிவின்சுடர்கள். எல்லையாண்டி அய்யனார் சிலை கடந்து வந்தேன். அங்கிருந்த

அரிநெல்லிக்காய், இலந்தை, கலாக்காய் மரங்கள் காய்கனிகளை நிறைத்துக்கொண்டு என்னை அன்போடு பார்த்தன. ஒரே ஒரு கலாக்காய் பறித்து அதன் துவர்ப்பைக் கடித்து ருசிபார்த்துத் துப்பிவிட்டு உப்பு செட்டிக்குளத்தின் படிகளில் இறங்கினேன். அரசமரச் சருகுகள் காற்றில் ஆரவாரித்துக் கிடந்தன. தண்ணீர் படுமோசமாகக் குளிர்ந்து கிடந்தது.

கையிலிருந்த நாகத்தின் தலைமுதுகைத் தடவிக்கொடுத்தபடி மௌனத்தின் கீழேயுள்ள சில்லென்ற தண்ணீர் ரகசியத்தின் முதல்படிக்குச் சென்று அமர்ந்து கொண்டேன். குளத்தின் கரைவெளியிலிருந்தபடி அவர்கள் என்னைக் கண்காணித்துக் கொண்டிருந்தார்கள். தண்ணீருக்குள் மூழ்கியமர்ந்தபடி நான் சர்ப்பத்தைத் தடவிக்கொடுத்தேன். இனி இங்கிருந்துதான் எல்லாவற்றையும் ஆரம்பிக்கவேண்டும் என்பது மட்டும் எனக்குப் புரிந்தது.

'க'

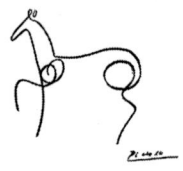

சுண்டல்

தென்னந்தோப்பின் இளங்காற்றில் எங்கள் சாயங்காலம் நன்றாயிருந்தது. வாத்துக்கள் மேய்க்கும் மூசா பாய் அந்த வழியாகத்தான் எங்களைக் கடந்து போக வேண்டும். ஒவ்வொரு வாத்தையும் நாங்கள் தூக்கித் தூக்கிப் பார்த்து அதன் கழுத்தழகையும் மழமழவென்றிருக்கிற மென்னியையும் தடவி விட்டுப் பார்த்து அதைத் தண்ணீர் வாய்க்காலில் விடுவோம். இன்றும் அப்படி ஆனதும் இருட்டாகும் போலிருந்தது. லேசாக தூறல் அடித்தது.

எதிரே சசி ஓடி வருவது போலிருக்கிறது.

நான், ரமேஷ், சுசி, ரஞ்சனி, மணி எல்லோரும் ஆவலுடன் அவளை எதிர்நோக்கினோம். சசி ஓடிவரும் வேகம் எதாவது ஒரு மரத்தில் இடித்துக் கொள்வாள் போலிருக்கிறது. மூச்சு வாங்க எங்கள் அருகே வந்து நின்றாள் அவள்.

“யேய் பசங்களா இன்னிக்கு சனிக்கிழமை,” என்றாள் அவள்.

“ஐயோ இப்ப இன்னா பண்றது.”

“நீ சும்மா இருக்கியா கொஞ்சம். சனிக்கிழமை தாத்தா பெருமாள் கோவிலுக்கு பஜனைக்குப் போவாரு...”

“ஹையா ... சுண்டல் இன்னிக்கு ஹையா சுண்டல் இன்னிக்கு.”

நாங்களெல்லாம் எகிறி எகிறி குதித்தோம். நான் சுசியின் காது வளயத்துக்குள் விரலை விட்டேன்.

"ஐய சும்மா இரேன்," என்ற அவளின் கட்டளையை மறுத்தேன். "சும்மா இருக்க மாட்டேனே," என்று நான் மேலும் எகிறி குதித்தேன்.

மணிப்பையன் சட்டென்று என் டிராயரின் பின்பக்க கிழிந்த ஓட்டையில் கையைவிட்டு, "இப்ப என்ன பண்ணுவே," என்றான். நான் அவனை அடிக்க விரும்பி கையை ஓங்கினேன். சசி என் கையைப் பிடித்துக்கொண்டாள். "சும்மா இருக்க மாட்டீங்களா... நான் என்ன சொன்னேன் இன்னிக்கு சனிக்கிழமைதானே..."

"இல்ல வெள்ளிக்கிழமை..." "இல்ல. ஞாயிற்றுக்கிழமை..." "யேய் உனக்கு ரொம்ப தெரியுமா..."

"சரி, உனக்குத்தான் ரொம்பத் தெரியும்னு வச்சுக்கோயன்."

"ச்சூ...கம்முனு இருங்க, இன்னிக்கு தாத்தா பஜனைக்குப் போவாரு..."

"ஹை... ஆமா... ஆமா... அப்படின்னா சுண்டல் கொண்டாருவாரே..."

"ஆமா, அதுக்குத்தான் சொன்னேன். என்னிக்கும் போல இன்னிக்கும் நீங்கள்லாம் படிக்கணும். கொஞ்சநேரமாவது ஒக்காந்து படிச்சாத்தானே சுண்டல் கிடைக்கும்..."

நாங்கள் அமைதியாக தென்னந்தோப்பில் நடந்தோம். குதித்துக்கொண்டும் சண்டையிட்டுக்கொண்டும் இருந்த நாங்கள் அமைதியாகப் பேசிக்கொண்டு தென்னந்தோப்பைக் கடந்து பெரிய கால்வாய் ஒன்றில் நீர் வேகத்தில் குறுக்கே சில்லென்று நடந்து சோளக்கொல்லை வழியாக எங்கள் வீட்டு நிலா மைதானத்தை அடைந்தோம்.

மைதானம் முழுக்க நிலா வெளிச்சம் பரவிக்கிடந்தது.

எங்கள் வீட்டு மைதானத்தில் சின்ன லைட் வெளிச்சம் ஒயர்கொண்டு வந்து கொம்பு நட்டு பல்ப் போட்டு ஏற்பாடு செய்யப்பட்டிருந்தது எங்களுக்காக. அங்கே அமைதியாக உட்கார்ந்து புத்தகங்களையும் ஸ்லேட்டுகளையும் நோட்டுக்களையும் கொண்டுவந்து எழுதப் படிக்க ஆரம்பித்தோம். காற்று அருமையாக வீசியது.

இங்கே இருந்தே சசி சத்தம் போட்டு கேட்டாள், மாட்டுக்கு வைக்கோல் பிடுங்கிக்கொண்டிருந்த புதிய வேலைக்காரனிடம், "தே ஆள்காரரு சொக்கலிங்கம் தாத்தா பஜனைக்குப் போய்ட்டாரா?"

"ம்...கிளம்பிட்டாரு பாப்பா... இப்பத்தான் ராஜு ஐயா பொட்டி வண்டில உக்கார வச்சிக்கிட்டு போனாங்க..."

பெருமாள் கோவில் இங்கிருந்து ரொம்ப தூரம் இருக்கிறதென்பதை எங்களுக்கு ஐக்குபாட்டி சொல்லியிருந்தாள். ஆனால் நாங்களாக அங்கு ஒருமுறைகூடப் போனதில்லை.

மணி எழுத ஆரம்பித்தான். சுசி சத்தம் போட்டுப் படித்தாள். ரஞ்சனி டிராயிங் நோட்டில் கிளி போட்டாள். சசியும் ஏதோ எழுதினாள். அவளுடைய கையெழுத்து அச்சு அச்சாக இருக்கும். அதைப் பார்த்துக்கொண்டே நான் இருந்தேன். அவளிடம் எனக்குப் பிடிக்காத விஷயங்களும் இருக்கவே செய்தன. உதாரணமாக கண்ணாடியில் தன் ஸ்டைல் முகத்தைப் பார்த்துக்கொண்டு எப்போது பார்த்தாலும் கொஞ்சிக்கொண்டு தனக்குத்தானே முணுமுணுத்துக்கொண்டு இருப்பது எனக்கு நிறைய வெறுப்பாக இருக்கும்.

திடீரென்று சசி என் தலையில் குட்டி, "அப்படிப் போய் ஒழுங்கா ஒக்காந்து படி," என்றாள். எனக்கு அவள் மேல் வெறுப்பு வந்தது. நான் சற்றுத் தள்ளி அமர்ந்து லைட் வெளிச்சத்தையும் நிலா வெளிச்சத்தையும் ஒப்பிட்டு ஒப்பிட்டுப் பார்த்தேன். நிலாவைச் சுற்றிலும் ஈக்களும் விட்டில்களும் வண்டுகளும் பறக்காததையும் பல்பைச் சுற்றிலும் மட்டும் அவை பறந்து பறந்து சுற்றிச்சுற்றி வருவதையும் நான் கண்டு பிடித்தேன். எனக்கு யோசனை நிறைய வந்தது.

சசி என்னை முறைத்தாள்.

சட்டென்று நானும் ஒரு புத்தகத்தை எடுத்துப் படிப்பதைப்போல பாவனை செய்தேன். இந்தச் சூழ்நிலையில் ரொம்ப நேரம் கழிந்துகொண்டிருந்தது. அவரவர்கள் அவரவர்களுடைய வேலையில் இருந்தார்கள். நான் மட்டும் முட்டாளா? நானும்தான் எல்லோரையும்போல் ஒன்று செய்தேன். புத்தகத்தை மடியில் வைத்து அதன் எழுத்துக்களை முறைத்துக் கொண்டிருந்தேன். என் ஞாபகமெல்லாம் சுண்டலில்தான் இருந்தது.

நாளைக்கு ஞாயிற்றுக்கிழமை. ஒன்றும் வீட்டுப்பாடம் காண்பிக்க வேண்டிய வேலை கிடையாது. கேள்வி கேட்கிற பதில் சொல்கிற வேலையும் கூட நாளைக்குக் கிடையாது. அப்புறம் எதற்கு மாய்ந்து மாய்ந்து படிக்க எழுத வேண்டும்.

எப்படியும் இரண்டு மணி நேரத்திற்குமேல் ஆகியிருக்கும் போலிருக்கிறது. கப்சிப்பென்று இருந்தது. சத்தம் போட்டுப் படித்துக்கொண்டிருந்த சுசியும் மெதுவாகப் படித்துக்கொண்டிருந்தாள்.

மேலும் மேலும் நேரமாகிக்கொண்டிருந்தது.

நான் இந்த அமைதியை உடைக்க விரும்பினேன். பேச ஆரம்பித்தேன்.

"இன்னிக்கு பட்டாணி சுண்டல்தான் வரும்." "என்ன பட்டாணி சுண்டலா? ஆஹா..."

படிக்கிற எழுதுகிற வேலைகளை நிறுத்தி என்னைப் பார்த்தார்கள். நான் மேலும் ஒரு சந்தோஷம் அளிக்கிற குண்டைப் போட்டேன். "அதுல வறுத்த முந்திரியெல்லாம் கூட கலந்திருப்பாங்க" எல்லோரும் பேனா பென்சிலை பலப்பத்தையெல்லாம் எடுத்து வைத்துவிட்டு என்னருகே வந்து அமர்ந்தார்கள். அவர்கள் கண்களில் இப்போதுதான் ஒளி வீசியது. சுண்டல் ஒளி பிரகாசம்.

சசியும், "படிப்பு முடிஞ்சிருச்சா?" என்று கேட்டபடி நகர்ந்து நகர்ந்து எங்களருகில் அமர்ந்தாள்.

"போனவாரம் மூக்குக் கடலை சுண்டல், அதுக்கு முன்வாரம் கொண்டைக் கடலை. அதுக்கும் முந்தி மொச்சைக் கடலைச் சுண்டல். அதுக்கும் முன்னே பச்சைப் பயிறு சுண்டல். அதனாலதான் நான் சொல்றேன். இன்னிக்குப் பட்டாணி சுண்டல்.."

"இல்ல இன்னிக்கு காராமணி சுண்டல்..."

"சரி, ஏதோ ஒரு சுண்டல் ஆஹா ஜாலி."

நாங்கள் எகிறி எகிறி குதித்தோம். எங்களுக்கும் சுண்டல் மகிழ்ச்சி அற்புதமாயிருந்தது. தூரத்தில் பொட்டி வண்டியுடன் உடன் சில மாட்டு வண்டிகளும் வந்து கொண்டிருப்பதை நாங்கள் கவனித்தோம். எங்கள் குதூகலம் மேலும் அதிகமாகியது. நாங்கள் ஆடினோம். டேன்ஸ்கூட, சசியும் ஒரு டேன்ஸ் ஆடினாள். கொள்ளை மகிழ்ச்சி எங்களுக்கெல்லாம்.

மாட்டுவண்டிகள் எங்கள் மைதானத்திற்குள் வந்து நின்றன. அதில் நிறைய பாகவதர்கள் உட்கார்ந்துகொண்டிருந்தார்கள். அவர்களெல்லாம் அழுதுகொண்டிருந்தார்கள். ராஜு மாமாவும் அழுதுகொண்டிருந்தார். பொட்டி வண்டியை விட்டு இறங்கினார்.

"யேய் கண்ணுங்களா ஆட்டம் ஆடக்கூடாது.. தாத்தா செத்துப் போய்ட்டாரு. கம்மு இருக்கணும்..." என்றார் ஒரு பாகவதர்.

எனக்கு திடீரென்று சொல்லமுடியாத வேதனை வந்தது. இந்த உலகத்தில் இனி எதுவுமே இல்லை என்பதுபோல் தோன்றியது. "அப்படியென்றால் கண்டல் இல்லையா இப்போது..."

காவு ೫ 71

தாத்தாவைப் பொட்டி வண்டியிலிருந்து இறக்கினார்கள் இவ்வளவு நேரம் படுக்க வைத்திருந்தார்கள் போலிருக்கிறது. வீட்டிலிருந்து எல்லோரும் ஓடிவந்து லபோதிபோ என்று அரற்றினார்கள். அழுது இரைச்சலிட்டார்கள். கானம் ஆட போனவர்கள் மடை திறந்துவிட போனவர்கள். தோட்டத்தில் நெல் அவித்துக்கொண்டிருந்தவர்கள். திண்ணையில் மல்லாட்ட உரித்துக்கொண்டு நன்னிப்பயிர் பொறுக்கிக்கொண்டிருந்தவர்கள் என்று எல்லா வேலைக்காரர்களும் தங்கள் தங்கள் வேலைகளைப் போட்டுவிட்டுத் திபுதிபுவென்ற ஓடிவந்தார்கள்.

பிரமாண்டமான அந்த ஒரு திண்ணையைச் சடுதியில் சுத்தம் செய்து அங்குதான் தாத்தாவைக் கொண்டுபோய் படுக்க வைத்தார்கள்

பாகவதர் சாணி வாரும் வேலைக்காரம்மாவிடம் சொல்லிக்கொண்டிருந்தார். “ஒண்ணுமில்ல மார்கழி திங்கள் மதிநிறைந்த நன்னாளாம்னு பாடிகிட்டே இருந்தவரு திடீர்னு நிறுத்திட்டு அப்படியே சாஞ்கிட்டே... மதிநிறைந்த நன்னாளாம்னு மறுபடியும் திரும்பப் பாடிட்டு... அப்புறம் நன்னாளாம்னு ஒரு சொல்லை மட்டும் சொல்லிட்டு நிறுத்திட்டாரு. என்னன்னு பாத்தா கண்ணெல்லாம் சொருவது ஆளு கீழ சாஞ்சிட்டாரு அப்படியே...”

எங்களுக்கு வெறுப்பு தட்டியது.

நான் சொன்னேன், “யேய் பசங்களா, வாங்க சசியை உதைப்போம். அவதானே சொன்னா படிச்சா சுண்டல்னு. எங்கே சுண்டலையும் காணோம். வண்டலையும் காணோம்...”

எல்லோரும் சசியை இழுத்துக்கொண்டு மைதான லைட் வெளிச்சத்தில் குத்துக் குத்தென்று குத்தினோம். சுசி சசியைக் கிள்ளினாள். நான் சசியின் சூத்தாம்பட்டையில் ரெண்டு வைத்தேன். ஒரு பாகவதர் மட்டும் எங்களை நோக்கி வந்தார். ஒரு போகினியைத் தந்து “பசங்களா இந்தக் சுண்டலை உள்ளே கொண்டுபோய் வைங்க தோ வரேன்” என்று விட்டுப் போனார்.

போகினி மூடியை திறந்துகாட்டி, “பாத்திங்களா பட்டாணி கண்டல்தான இன்னிக்கு. வாங்க அந்த அரி நெல்லிக்காய் மரத்தாண்ட ஒக்காந்து சாப்பிடலாம்.” என்று சற்றே நடந்து மரத்தினருகே அமர்ந்து நாங்கள் பங்கு போட்டோம். சசி எங்கள் சுண்டல்களையெல்லாம் கீழே தட்டிவிட்டு. “கம்னு இருக்க மாட்டிங்களா சனியன்களா...” என்று சொல்லிவிட்டு ஓடிவிட்டாள். அவளை மீண்டும் தாக்குவது என்று முடிவு செய்தோம்.

அதற்குள்ளாகவே மைதானத்திலும் வீட்டிலும் புதியதாக மக்கள் வெள்ளம் சூழ்ந்திருந்தது. இந்தக் கூட்டத்தில் சசியை எப்படி கண்டு உதைப்பது.

விருட்சம், ஜனவரி-மார்ச் 2004

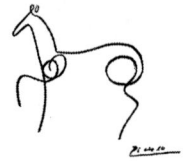

மழைக்குப் பிறகு வானம்

நட்ட நடுக்காட்டில் ஒரு கரடியை வெட்டிப்போட வந்தவனுக்கு நினைவுகள் அலைக்கழிந்த ஒரு சாயங்காலம் அது. போராட்டங்கள், தோல்விகள், அவமானங்கள் என்று அவன் வெறுத்துப் போயிருந்த சாயங்காலமும் அதுதான். எதிரே வெகு தொலைவிலிருந்த இலுப்பைத் தோப்பிலிருந்து காடைகளும் கவுதாரிகளும் ஏகமாய் பறந்து வந்து இவனைக் கடந்து போவதையே மிரட்சியாய்ப் பார்த்துக்கொண்டிருந்தான்.

இருந்தமாதிரி இருந்து சட்டென்று வனமெங்கும் காற்று கிளம்ப ஆரம்பித்தது. ஏராளமான கருமேகங்கள் வானை அடர்த்தியாக்கவும் மலை உச்சிகளை மூடவும் வெளி இருளாகும் போலிருந்தது. இன்னும் எவ்வளவு நேரம் இந்தப் புதரில் மறைந்து கொண்டிருக்க வேண்டும்.

சின்னச்சின்ன மண்மேடுகள் போல எங்கு பார்த்தாலும் சருகுகள் குவிந்து கிடந்தன. மலைச்சரிவின் சற்றேறிய மேட்டில் கிடந்த சருகுகளின் மீது அந்தப் பழைய காலத்துப் பட்டாக்கத்தி சாணைப்பிடிக்கப்பட்டுப் பளபளவென்று மின்னிக்கிடந்தது. வேறு ஏதோ சத்தம் என்று வேகமாக ஓடிவந்து மறைந்துகொள்ள முயன்றபோது அவசரத்தில் கைத்தவறி கீழே விழுந்துவிட்ட அந்தக் கத்தியை வைத்தகண் வாங்காமல் பார்த்துக்கொண்டிருந்தான்.

மூன்று நாட்களுக்கு முன் இந்தக் காட்டிற்கு அம்மா வந்திருந்தாள். விறகு பொறுக்கவும் கொஞ்சம் மூலிகைத் தழைகள் பறித்துப் போகவும்

வந்த அவளை எப்படியோ, எங்கிருந்தோ வந்த கரடியொன்று அடித்துப்பிடித்துக் கடித்துக் குதறி கொஞ்சம் சாப்பிட்டுவிட்டு, குத்துயிரும் கொலயுயிருமாகப் போட்டுவிட்டுப் போய்விட்டது. யாரோ சுள்ளி பொறுக்கவந்த ஒரு சிறுமி வெகுதூரத்திலிருந்து பார்த்த இந்த நிகழ்வை அலறி அடித்துக்கொண்டுபோய் ஊரிலுள்ளவர்களை அழைத்து வருவதற்குள் உயிர் பிரிந்துவிட்டது அம்மாவுக்கு. விஷயம் ஊர்முழுக்கப் பெரிய காபராவைக் கிளப்பிவிட்டது. எப்படியும் கரடி கிராமத்துக்குள் வந்துவிடும் என்று எல்லோரும் பயந்தார்கள். அரசாங்கத்திற்குத் தகவல் போனது. நேற்று முழுக்க அரசு விலங்கு பாதுகாவலர்கள் தேடினார்கள்... தேடினார்கள். எங்கும் அகப்படவில்லை.

இன்று இவன் கண்களில் அகப்பட்டு இதோ மாட்டிக் கொண்டது. பின்பக்கமாகவே போய் மிகப்பெரிய உருட்டுக் கட்டையால் மண்டையில் போடுபோடென்று போட்டதும் கீழே விழ, உடனே கைகால்களில் தாம்புக் கயிற்றால் இறுக்கிக் கட்டிக் கொண்டாகிவிட்டது. இந்த நேரம் பார்த்து இவர்கள் வந்து விட்டார்கள்.

புதரிலிருந்து எட்டிப் பார்த்தான்.

வேங்கை மரத்திம்மைகள் ஊறிக்கிடந்த அந்தக் குட்டைக்கு அப்பால் தேக்கு மரங்களுக்குக் கீழே அந்த அரசுத் துறை வாகனம் நின்றிருந்தது. இரண்டு மூன்று அதிகாரிகள் இறங்கி நின்று கொண்டு இந்தப் பக்கமும் அந்தப் பக்கமுமாய்ப் பார்த்துக் கொண்டிருந்தார்கள். மலையடிவார குகையில் சன்னமாகப் பீறிட்டுவரும் சுனை ஊற்றில் நீர்பிடித்துச் செல்ல வந்த கிராமத்து உணவு விடுதியின் தண்ணீர் வண்டியொன்றை நிறுத்தி அதன் வண்டியோட்டியிடம் விசாரித்துக்கொண்டிருந்தார்கள்.

அவன் வாழ்க்கையின் வெவ்வேறு தோல்வி நினைவுகள் அடுக்கடுக்கான ஒரு அலையைப்போல பெருக்கெடுத்து வந்தன.

ஒன்றுமேயல்லாத ஒரு விஷயத்துக்காக, எளிய குடும்பத்து இளைஞனை முக்கிய அரசாங்கப் பணியிலிருந்து வீட்டுக்கு அனுப்புவதற்காக சில வஞ்சகர்கள் விரித்த வலையில் விழுந்த தன் அப்பாவித்தனமான நாட்கள் மெல்ல வந்து ரணப்படுத்தத் துவங்கின. ஆனால் அப்பா அம்மா இருவருமே கிட்ட இருந்து ஆறுதல் சொல்லித் தேற்றியிருக்கவில்லையென்றால் எவ்வளவு பெரிய சோகமாக அது போய் முடிந்திருக்கும். அதோடு அண்ணன் கோர்ட்டுக்குப் போகலாமென்றும், அங்கேயும் நியாயம் கிடைக்கவில்லையென்றால் மேல்முறையீடு செய்யலாம் என்றும் கூட தேற்றிய நாட்களும் அதுவே.

அதைத் தொடர்ந்து சித்திரங்களின் கைப்பழக்கம் முத்திரையாக வலம்வந்த வசந்த காலம். ஆனால் சிற்ப நகர் ஒன்றில் நடந்த கோடைவிழா ஒன்றில் தன் படங்கள் ஒன்றுகூட விற்பனையாகாததை அவன் ஞாபகம் செய்தான்.

என்ன கேவலம்.

இந்தியாவின் பல பகுதிகளிலிருந்தும் டிப்ளமேட்டிக்கான ஓவியப் பிரியர்கள், விருந்தினர் மாளிகைகளிலும், உயர்ந்த நட்சத்திர விடுதிகளிலும் கடற்கரைக் குடில்களிலும் வந்து தங்கியிருந்தார்கள். அப்போது. தினம் தினம் பல்வேறு வாகனங்களில் வருவார்கள். விழாவைக் கண்டு களித்து சின்னச் சின்ன தந்த சிற்பங்கள், ரவிவர்மா ஓவியங்களைப் பின்பற்றிய நகல் ஓவியங்கள், பழங்கால கலாச்சாரத்தை வெளிப்படுத்தும் மரபு ஓவியங்கள், மெட்டாலிக் சிற்பங்கள், சந்தனச் சிலைகள், கைவினைப் பொருட்கள் என்று வாங்கிச் சென்றார்களே தவிர இவனின் ஒரு கோட்டோவியத்தையும் அவர்களில் யாரும் திரும்பிக்கூடப் பார்க்கவில்லை என்பது மட்டுமல்ல... இவனைப் போன்ற இளம் ஓவியர்களை யாரும் ஊக்குவித்ததாகவும் தெரியவில்லை. வரும்போதே புடைசூழவரும் அந்தஸ்து மிக்க ஓவியர்களின் கேலரிகளாகவே அந்தத் திருவிழா இவனைப் பயமுறுத்தியது. அதைக் கண்டும் மிரண்டு ஓடி வந்தவனுக்கு அம்மாதான் ஆறுதல் சொன்னாள். இவன் எழுதும் எல்லா படத்திற்கும் அவள்தான் முதல் ரசிகையும்கூட. அதனால் அந்த ஓவியங்களுக்குப் பின்னுள்ள வலியை அவள் அறிவாள்.

அம்மாவை நன்றியோடு நினைத்தான். வாழ்க்கையில் நெளிவு சுளிவுகளை கற்றுத் தந்தவளாயிற்றே அவள். அவளில்லாமல் நேற்றும் அதற்கு முன்தினங்களும் கழித்த நாட்கள் தான் எவ்வளவு ரணங்கள் நிறைந்தவை. அவள் பிணத்தின்மீது இவன் விழுந்து அழுததை, மறுநாள் பால் ஊற்றும் சடங்கின்போது, ஒன்றுவிட்ட மாமா ஒருவர் வேறு ஒருவரிடம் இவன் காதுபட, "இவன் அப்படி விழுந்து அழுதது ஒரு பாவனை" என்றார். ஆனால் அது இன்னும் மோசமானது என்று தோன்றியது. அப்போது திரும்பிப் பார்த்து ஒரு முறை முறைக்கவேண்டும் என்று தோன்றியது. 'தான் செய்வது இன்னதென்று தெரியாமல் செய்யும் இவர்களை மன்னியும் பிதாவே' என்ற புகழ்பெற்ற வாக்கியம்தான் சரேலென குறுக்கே வந்து நின்றது அப்போது.

சாதாரணமாகவே கிளம்பிய காற்று பலமாகவீச ஆரம்பித்தது. எங்கோ கிளை முறியும் ஓசை கேட்டது. ஹ்ஹ்ஆ ஆஆஆ...... ஆ என்று சூறாவளியின் ஓசை காட்டைக் கதிகலங்கடித்தது.

காற்றின் இயக்கத்திற்கு எல்லாம் ஆட்டம் கண்டன. மரங்கள், புதர்கள், மலர்கள்... சருகுகள்.

அவசரத்திற்கு வாங்கிய சிகரெட் ஒன்றை எடுத்துப் பற்ற வைத்து ஒரு இழு இழுத்தான்.

தீக்குச்சிகளை சற்றேறிய மலைச்சரிவில் கிடந்த சருகு மேட்டின்மேல் விட்டெறிந்தான். குபீரென்று பற்றிக்கொண்டு எல்லாம் சாம்பலாகிய பிறகு பட்டாக்கத்தி கீழே இன்னொரு குவியலின்மேல் வந்து விழுந்தது. அதையும் பற்ற வைக்கவேண்டும் போலிருக்கிறது.

ஒரு முறை டெல்லியிருந்து ஒரு கடிதம் வந்தது. உங்கள் படங்கள் தேர்வுசெய்யப்பட்டு, லலித்கலா அகாடமியின் மூலமாக உலக ஓவியக் கண்காட்சிக்கு அனுப்ப மேல் பரிசீலனையில் உள்ளதென்று. அதன் பிறகு என்ன ஆனதென்றே தெரியவில்லை. அதோடு சரி! பின்னர் ஒரு தகவலும் வந்து இவன் வீட்டுக் கதவையோ கூரையைப் பிய்த்துக்கொண்டோ வரவில்லை. இந்தக் கையால் எத்தனைப் படங்கள் வரைந்து தள்ளியிருப்பேன். என் ஓவியங்களின் அக உலகத்தைத் துல்லியமாகக் கண்டறிந்து ரசிக்கும் ஒரே ரசிகையான அம்மாவும் இந்த உலகத்தில் இல்லை.

இந்த வாழ்க்கை ஏன்?

இனி வரும் நாட்களில் என்ன சுவை இருந்துவிடப் போகிறது?

எல்லாம் வீண். எல்லாம் பொய். எல்லாம் கபடம். எல்லாம் வெட்டி.

அமெரிக்காவின் ஹாலிவுட் டைரக்டர்களிடமோ அல்லது டிஸ்னிலேண்டின் கார்டூன் பேக்டரியிலோ போய் வேலை செய்யலாம் போன்ற கனவுகளையெல்லாம் எப்போதுமே அவன் தேவையில்லாமல் வைத்துக்கொள்வதில்லை. ஏனென்றால் அதற்கான பாதை என்னவென்றும் அவன் அறிந்துகொள்ள யோசித்ததில்லை. ஆனால் உள்ளூர் சிவன் கோவில் புறமதிலுக்கு பட்டைப் பட்டையாய் காவி பெயிண்ட் அடிக்கும் வேலையாவது கிடைக்கும் என்று முயற்சித்து நம்பியிருக்க, பல இடங்களில் காண்ட்ராக்ட் எடுத்து செய்யும் வேறு யாரோ அல்லவா அதைத் தட்டிப் பறித்தார்கள். அது கூட பரவாயில்லை. உதய சூரியனையும், இரட்டை இலையையும் தேர்தலின்போது தொகுதி கிராமத்து வீட்டுச் சுவர்கள் எங்கும் வரையக் கிடைத்த வாய்ப்பையும்கூட அல்லவா யாரோ ஒரு புண்ணியவான் வந்து தடுத்தாட்கொண்டு விட்டான். இதைவிட வேறென்ன வேண்டும் உலகை வெறுக்க.

வானத்தைப் பார்த்தான். கருமேகங்கள் திரண்டெழுந்து வந்தன. காட்டுவெளிகளை இருட்டித்தன. அந்தக் கம்பிபோட்ட வனவிலங்கு பாதுகாப்பு வேன் வண்டி, காட்டின் பல்வேறு திசைகளில் போக ஆரம்பித்தது.

அவன் திரும்பிப் பார்த்தான். கரடி கண்களைத் திறந்து இவனைப் பார்த்தது. உடம்பெங்கும் ரோமங்களை இறுக்கி கயிறு கட்டப்பட்டுள்ளதைக் கண்டது. திமிறித் திமிறி எழுந்திருக்க முயன்றது. இப்படித்தான் என் வாழ்க்கையின் எல்லா இடையூறுகளும் திமிறி எழுந்தன என்னைத் தாக்க. இதயம் வாங்கிய அடிகளை என்ன முடியுமா? பகைவர் எறிந்த அம்புகளால் துளையுண்ட ஒரு கேடயம் அல்லவா அது! குருதிக்கரை படிந்த சிந்தனையாகவே வந்து வாட்டியெடுத்தது அவனை. ஷில்லர் அழுகிப்போன ஆப்பிள்களை நுகரும்போது உள்ளக் கிளர்ச்சி பெற்றானாமே! நான் ஏன், இந்த முரட்டுக் கரடியை வெட்டி பகைமைகளையெல்லாம் வென்றுவிட்ட ஒரு உள்ளக் கிளர்ச்சியை அடையக் கூடாது.

வலித்த சிகரெட்டை எடுத்து இன்னொரு சருகுக் குவியலின்மேல் எறிய, அது எறிந்து சாம்பலாகியதும், அங்கே வந்து விழுந்திருந்த பட்டாக்கத்தி இவனருகே வந்து விழுந்தது. சற்று நேரத்தில் காற்று அடங்கியது. மழை பீறிட்டு வர ஆரம்பித்தது. பிடிபிடியென்று குமுறியது மழை.

கத்தியை எடுத்துக்கொண்டு கரடியை இழுத்து வந்து தாழ்வான ஒரு பாறையொன்றிற்குக் கீழே போட்டான். அவனும் அங்கேயே ஒதுங்கினான். மழை வெளாசித் தள்ளியது. இவ்வளவு சுலபமான கரடி எப்படி வாட்ட சாட்டமான என் அம்மாவை கடித்துக் கொன்றது? வியப்புதான்! கரடி திடீரென்று ஒரு எகிறு எகிறி இவன் மேல் விழுந்து இவனைக் கடிக்க முயன்றது. சரியான வேகத்தில் ஒரு கயிறு எடுத்து கரடியின் வாயை மேலும் கீழுமாய் இறுக்கிக் கட்டினான். அதைத் திருப்பிப் போட்டு, தடியொன்றை எடுத்து பயங்கரமான வெறியில் அடித்தான். கரடி சோர்ந்து படுத்துக் கொண்டது. பட்டாக்கத்தியை எடுத்துக்கொண்டான். கூர்மையாய் சாணைப் பிடித்ததில் பளபளவென்று மின்னலடித்தது. இது போதும் ஒரே வெட்டு. வனமெங்கும் மழை வெளுத்து வாங்கியது. இவன் அமர்ந்திருந்த இடம் பள்ளமாதலால் அங்கிருக்கும் சருகுகளும் கூளங்களும் இவனைச் சுற்றியுள்ள அவிஞ்சி செடிகள் வெப்பாலைச் செடிகளில் சேர்ந்து, நீர் வேகமெடுத்துத் தேங்க ஆரம்பித்தது. எதிரேயிருந்த ஓடைப் பாலத்தில் தண்ணீர் வழிந்தது.

மழைச் சத்தத்தை மீறி மாதா கோவில் பியானோ இசை சுகமாய் கேட்டது. பியானோ இசையைக் கேட்டதும் டால்ஸ்டாய்

கதைகளில் வரும் பியானோ இசைமேதை பீத்தோவனின் சொனாட்டாக்கள் ஞாபகத்திற்கு வந்தன. அவன் பார்த்த சில ரஷ்ய படங்களிலும் அவரின் சொனாட்டாக்களைப் பருகியிருக்கிறான்.

பீத்தோவன் + பித்தாகரஸ் + பிகாசோ = அட்டா என்ன ஒரு நாகரிகத்தின் தத்துவ தரிசனங்கள்.

அவர்களையெல்லாம் போலில்லாமல் நான் ஏன் இப்படி காடு, புதர், பாறை, இண்டு, இடுக்கு, சேறு, சகதியென்று கிடக்கிறேன். என்ன வந்தது எனக்கு. கரடு முரடான வாழ்க்கை. கரடுமுரடான பயணம். கரடுமுரடான பாதை. கரடுமுரடான இதயம். கரடுமுரடான உலகம்... ஆ...

மலைப் பாறைகளிலிருந்து நீர் வழிந்து எங்கு பார்த்தாலும் சேரும் சகதியுமாய் ஓடிக்கொண்டிருந்தது.

இந்த வாழ்க்கைத் துன்பங்களுக்கு இன்னும் எவ்வளவு காலம் அடிபணிந்து போவது? துணிந்தெழுந்து வெட்டி முறித்து குழிதோண்டி புதைத்துவிட வேண்டும் அவற்றை என்றால் மனசின் ஆழத்திலிருந்து ஏதோ ஒரு இரைச்சல் கேட்டுக் கொண்டே இருக்கிறதே என்னது அது?

வாழ்க்கையின் எல்லா திசைமீதும் கோபம் பொங்கி வந்தது அவனுக்கு. டைபாயிடு காலத்தில் 'கடவுளே என் பிள்ளையைக் காப்பாற்று' என்று அல்லும் பகலும் உடன் இருந்த அம்மா கவனித்துக்கொண்ட அண்மைக்காலத்து நாட்களின் மாத்திரை, மருந்து வாசனைகூட இன்னும் போகவில்லையே. குழந்தையிலிருந்தே இந்த உலகை எனக்குக் காட்டிய இவ்வளவு காலத்திற்கும் கிட்ட இருந்து கையைப் பிடித்து வாழ்க்கையில் மேடு பள்ளங்களில் நடத்தி கூட்டிவந்த என் அருமை அம்மாவையா இந்தக் கரடி கொன்றுபோட்டுவிட்டது. கொட்டும் மழையென்றும் பாராமல் திடீரென்று எழுந்தான். இந்தக் கரடியைத் துண்டுத்துண்டாக்குகிறேன் இதோ என்று பாறை இடுக்குகளிலிருந்து வெளியே வந்தான். கரடியையும் வெளியே இழுத்துப் போட்டான். கரடியைத் தேடும் அதிகாரிகள் கூட வந்து பார்க்கட்டும். அவர்கள் பார்க்கப் பார்க்க நான் வெட்டத் தான் போகிறேன் என்று ஆத்திரம் தலைக்கேற பட்டாக்கத்தியை உயரத் தூக்கினான். கரடியின் கழுத்தை நோக்கி ஒரே போடாகப் போட்டுவிட துணிவதற்குள், "டேய் நிறுத்துறா" என்ற அம்மாவின் குரல் கேட்டது.

என்னது இது? எங்கிருந்து வருகிறது?

இங்கும் அங்குமாய் பார்வையால் அலைந்தான். அவன் தன் மனசாட்சியின் ஒரு அணுதான் குபீரென்று வெளிப்போந்து

அம்மா உருவத்தில் உயிர்பெற்று வியாபித்து நிறைந்திருப்பது போலப்பட்டது. அக்கா நிச்சயதார்த்தத்தின்போதோ, அண்ணி சீமந்தத்தின்போதோ, அங்காளம்மான் கோவில் தேர்த்திருவிழாவின்போதோ கட்டிவந்த அதே ராமர் கலர் பட்டுப் புடவையோடு தலைநிறைய பூவோடு வசீகர புன்னகையோடு இவனையே வைத்தகண் வாங்காமல் பார்த்துக்கொண்டிருந்த அம்மா, “இப்ப எதுக்கு அந்தக் கரடிய வெட்டற?” என்று கேட்டாள்.

“இந்தக் கரடிதானே உன்னக் கடிச்சி சாகடிச்சது. என்னை உங்கிட்ட இருந்து மட்டும் இல்ல அப்பாகிட்ட இருந்தும், இந்த உலகத்துகிட்ட இருந்தும் இந்தக் கரடிதானே பிரிச்சது? அத வெட்டறதுல என்ன தப்பு?” பதிலாய் அலறினான்.

“ஏதாவது ஒரு சண்டையில என்னை யாராவது வெட்டியிருந்தாக்கூட நீ அருவா தூக்கிகிட்டு பதிலுக்கு வெட்டப்போனா, சரி ஆத்திரம்னு விட்டிருலாம். பாவம் கரடி. அதுக்கு என்ன தெரியும்? அதும் பசிக்கு அந்நேரம் நான் இறையாயிட்டேன். அதப்போய் பதிலுக்குப் பழிவாங்கணும்னு பழைய மரப்பெட்டியிலிருந்து எடுத்துவந்து துரு ஏறிப்போன பட்டாக் கத்தியை சாணப்பிடிச்சி, பளபளப்பாக்கி கைல வச்சிகிட்டு யார் கண்ணுலேயும் படாம காட்டிலேயே டேரா போட்டுக்கிட்டு இருக்கியே. இதான் மிருகத்தனம். அப்புறம் மத்த எல்லாத் தோல்விக்கும் இந்தக் கரடிதான் ஒரு உருவம்னு அத வெட்டறது இருக்குல்ல, அதுதான் கடைஞ்செடுத்த முட்டாள்தனம். வஞ்சனைங்களத் தூள்தூளாக்கற முறை இது இல்ல. கயிறுகளைக் கட்டிப் போட்டுட்டு கத்திய தூக்கறது இல்ல. கயிறுகளை அவிழ்த்துவிட்டுட்டு நேருக்கு நேரா மோதறதுதான். அதுதான் வீரம். வாழ்க்கையை அப்படித்தான் நீ பாக்கணும். புரிஞ்சுதா. அங்க இங்க எங்கன்னு என்னைத் தேடாத. நான் எதிர்லதான் நிக்கறேன். கூறுபாடா பொழச்சிக்கத் துடிக்கற ஒரு தெளிவான மனசால பாரு. நான் தெரிவென். வரட்டுமா.” ஒரு பிரம்மை போலிருந்தது. அது உண்மையாகவுமிருக்கலாம் அல்லது ஒரு விழித்துக்கொண்ட இதயத்தின் தரிசனத் தருணங்களாகவும் இருக்கலாம். வசீகரப் புன்னகையோடு உருவம் அருவமாகி துளி அணுவாய் மனசாட்சியின் மையத்தில் போய் மறைந்துவிட்டாள் அம்மா.

உடல் சிலிர்க்க கண்கள் படபடவென்று அடிக்கப் பிரபஞ்ச வெளியெங்கும் பார்வையைச் செலுத்தினான். மழை நின்றிருந்தது. தரை ஓடைப்பாலத்தில் லேசாய் தண்ணீர் வழிந்த வண்ணம் போய்க்கொண்டிருந்தது. பட்டா கத்தியைத் தூர வீசினான்.

காட்டுவா மர, கொன்றை மர, புங்கை மர பூங்கிளைகளெல்லாம் சீவிக்கொண்டு அது எங்கோ போய் விழுந்தது.

எந்த ஆரவாரமுமில்லாமல் மழைக்குப் பிறகு வானம் நிர்மலமாயிருந்தது. ஒரு கரிச்சான் குஞ்சு உச்சியில் பறந்து கொண்டிருந்தது. ஈரம் வடிந்திருந்தது வானம். தெளிந்த ஒரு கண்ணாடி. பரந்து விரிந்திருக்கும் விசுவத்தைப் பிரதிபலிக்கும் ஒரு கண்ணாடி. அந்த விசுவத்தின் அழகு கண்டு அவன் கண்களும் புன்னகைத்தன.

வேறுபக்கம் போய்க்கொண்டிருந்த கம்பிபோட்ட வனவிலங்கு பாதுகாப்பு வண்டியைக் கைத்தட்டி அழைத்தான். வண்டியிலிருந்து இறங்கிவந்த சில அதிகாரிகளிடம் கட்டப்பட்டிருந்த கரடியை இழுத்துப்போட்டு ஒப்படைத்தான். வாகனத்தின் பின் கேபினில் போட்டு கயிறுகளையெல்லாம் அவிழ்த்துவிட்டு, கதவைச் சாத்தினர். "ரொம்ப ரொம்ப நன்றி தம்பி. நாங்க வர்றோம். திங்கக்கிழமை விழுப்புரம் வந்து ஒரு கையெழுத்து ஒன்னு போட்டுட்டுப் போங்க. பயப்படாதீங்க. பிரச்சனை எதுவும் வராது".

"வந்தாலும் பரவாயில்ல... சார்" என்றான் அவன். சொல்லிவிட்டு சிரித்த அவன் குறுநகை அவர்களின் சமீபத்திய அலைச்சலுக்கு வெதுவெதுப்பாயிருந்தது.

அனிமல் வெல்ஃபர் போர்ட் ஆப் இந்தியா வாகனம் புறப்பட்டுப் போனபிறகு, அடக்கத்துடன் கூடிய ஒரு கம்பீரத்திற்குத் தயாரான முகத்தோடு வனத்திற்கு வெளியே செல்லும் பாதையை நோக்கி அவன் நடக்கத் துவங்கினான்.

யுகமாயினி, ஜூன் 2010

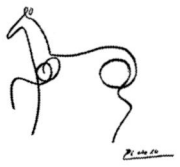

மனிதனுக்கு ஏன் சிறகுகள் முளைப்பதில்லை?

சின்னஞ்சிறு பையன் ஒருவனுக்கு அதிகாலைத் தூக்கத்தில் அழகிய ஒரு கனவு வந்தது. அந்தக் கனவில் பச்சைப் பனை ஓலைகொண்டே ஒரு பறவையைச் செய்கிறான் அவன். தான் விளையாடுவதற்காக அவனால் செய்யப்படுகின்ற பறவையே அது. அப்படி அந்தப் பறவை செய்யப்படும்போது உண்மையான சில பறவைகளும் அருகே வந்து நின்று பார்க்கின்றன. சிறிது நேரத்திற்குள்ளாகவே அந்த உண்மைப் பறவைகள் பறந்துவிடுகின்றன.

அதைப் பார்த்துக்கொண்டிருந்த இந்த ஓலைப் பறவையும் முழுதாக செய்து முடிப்பதற்குள்ளாகவே இவன் பார்க்கப் பார்க்க இவன் கைகளிலிருந்து விடுபட்டுச் சிறகடித்துப் பறக்கிறது அந்த ஓலைப்பறவை. உண்மைப் பறவைகள் சென்ற திசைவழி இவனது ஓலைப் பறவையும் வீட்டு முற்றத்தைவிட்டு களத்துமேடு, கரும்புத்தோட்டம், வயற்காடு, ஆற்றங்கரை, நெடிதுயர்ந்த பனஞ்சாலைகள் என்று பறந்து செல்கிறது. இவனும் அங்கெல்லாம் பின்தொடர்ந்து ஓடுகின்றான். பாறைகள் நிறைந்த மலை வெளியின் உச்சியில் இருந்த ஒற்றையாய் நின்ற மரம் ஒன்றின் கிளையில் போய் அமர்ந்து கொள்கிறது.

அவனுக்கும் பறவைக்குமான இடைவெளியில் நிறைய புதர்கள், குறுஞ்செடிகள், கரும்பாறைகள், சமதளமற்ற கரடுமுரடான ஏறுபாதைகள்

இருந்ததால் நீண்டநேரம் அங்கிருந்தே நின்று பார்த்துவிட்டு ஒரு முடிவுக்கு வருகிறான், அவனுக்கும் பறவைக்குமான இடைவெளி மேலும் பெருகுமேயொழிய சிறியதாகாது.

விழிப்புத் தட்ட, உறக்கம் கலைய கனவிலிருந்து வெளியேறி கண்களை விழிக்கிறான். இசக்கியம்மன் கோவிலின் கருநீல சுற்றுச்சுவர் கருங்கல் அடுக்குகளுக்கு அருகே வெண்முயல்கள் தாவித்தாவிச் சென்று கொண்டிருக்கின்றன. செங்காந்தள் மலர்வெளியில், செஞ்சாந்துக் கதிரவன் மேலெழுந்து வருகிறான். இவனுடைய அம்மா நாற்று நட்டுக்கொண்டிருக்கிறாள்.பாட்டியோ நாற்று முகங்களைச் சேர்த்து சேர்த்து முடிச்சுப்போட்டு அவற்றை நாற்றங்காலிலிருந்து கொண்டுவந்து கொண்டுவந்து நடவேண்டிய சேற்று நிலத்திற்காய் விட்டெறிகிறாள். எப்படி விட்டெறிந்தாலும் நாற்றுக் கற்றைகளின் முடிச்சுகள் போய் 'சப்பக் சப்பக்' என்று சேற்றில் உட்கார்ந்துவிடுகிற அழகைக் கண்டு மகிழ்ந்தான் அவன்.

ஒவ்வொரு கற்றை முடிச்சையும் எடுத்து அதிலிருந்து தனித்தனி நாற்றாகப் பிரித்து, தென்னைக்கு தேர் ஓட, வாழைக்கு வண்டியோட, நெல்லுக்கு நண்டோட – இடைவெளிவிட்டு நட்டுச்செல்வது அம்மாவின் வேலை. தாத்தாவோ அடுத்து உள்ள ஒரு துண்டுநிலத்துச் சேற்றைப் பரம்பு ஓட்டி சமப்படுத்திச் செல்கிறார்.'அப்பா நீ எப்போது வருவாய்' அவன் மனம் ஏங்கியது. நம் தோட்டத்துக் கரும்பு ருசி மிகுந்து வருகிறது என்பதை உடனடியாகச் சொல்ல வேண்டும் போலிருந்தது அவனுக்கு.

அந்த ஓலைப்பறவை இவனை விட்டுவிட்டு வெகுதூரம் சென்றுவிடக் கூடிய அந்தக் கனவு முடிவை இந்தநேரம்வரைகூட அவனால் நம்பமுடியவில்லை. இங்குதான் அது எங்காவது இருக்கும் என்று தோன்றியது.

பதனப்படுத்தப்பட்ட பனை ஓலைகளினால் கூரை அமைக்கப்பட்டு, அதன்மீது வேயப்பட்டிருந்த விழல்கோரைகளைத் தாள் கற்றைப் பிரிக்கயிற்றால் குறுக்கும் நெடுக்குமான பெரிய பெரிய சதுரங்கள் தோன்ற இறுக்கிக் கட்டப்பட்ட தன் வீட்டுக் குடில்மீது எங்காவது அமர்ந்திருக்கலாம் என்று அந்தக் கயிற்றுக் கட்டிலைவிட்டு எழுந்துவந்து, தள்ளிநின்று சுண்ணாம்புக் காளவாய்மீது ஏறிப்பார்த்தான். முல்லைக்கொடிகள் படர்ந்து வெள்ளைச் சிரிப்பாய் மலர்ந்திருந்த பூக்களை மட்டும் அவனால் காணமுடிந்தது. கூரையின் உச்சி முனையில் நின்றுகொண்டிருந்த செந்நிறக் கொண்டையுள்ள சேவற்கோழி கொக்கரக்கோ என்று கூவியது இவனைப் பார்த்து.

மீன்கள் துள்ளிக் குதித்துக்கொண்டிருந்த கால்வாயில் தண்ணீரை அள்ளி முகத்தைக் கழுவிக்கொண்டு அருகே

தாழ்ந்து வந்திருந்த வேப்பங்கிளையை இழுத்து சின்னதான குச்சியொன்றை ஒடித்தான். தளிர்களை நீக்கிவிட்டு குச்சியை வாயில் மென்றபடியே சேடைநிலத்து வரப்புக்கு வந்தான்.

எப்படியும் அம்மாவிடம் தனக்குவந்த ஓலைப் பறவை கனவைச் சொல்லிவிடவேண்டும் என நினைத்தான். அங்கு நடந்துகொண்டிருந்ததோ வேறு. இவனுடைய அப்பா வந்து செல்வதாக தகவல் அனுப்பிவிட்டு சூரியன் மேலே ஏறத்துவங்கிய பிறகும் கூட இன்னும் வரவில்லையே என்று நாற்று நட்டுக் கொண்டே மூக்கு சிந்திக்கொண்டிருந்தாள். அவள் பாட்டியோ அவளுக்கு ஆறுதல் வார்த்தைகளைச் சொல்லிக்கொண்டிருந்தாள். இது சரிவராது என்று அடுத்து உள்ள துண்டு நிலத்திற்கு நடந்தான். அங்கு தாத்தா பரம்பு ஓட்டிக்கொண்டிருந்தார். சேற்றில் இறங்கி நச்சக்புச்சக் என நடந்து அவனும் பரம்புப் பலகையில் ஏறிக்கொண்டான். இரண்டு செவுள் மாடுகளும் உற்சாகமாய் தலையாட்டிக்கொண்டு தங்கள் இழுவையை வேகப்படுத்தின. ஒரு கையில் வேப்பங்குச்சியை மென்று கொண்டு இன்னொரு கைக்கு தாத்தாவின் கையில் இருந்த மாட்டின் கயிறுகளைக் கேட்டான்.

முன்புபோல அல்லாமல் இப்போதெல்லாம் வண்டி மாட்டின் கயிறுகளையாகட்டும், ஏர்க்கால் மாட்டின் கயிறுகளையாகட்டும், பரம்பு ஓட்டும் மாட்டின் கயிறுகளையாகட்டும் இவன் கேட்ட மாத்திரத்திலேயே தருவதற்கு அவர் தயங்கியதே இல்லை. இப்பவும் அந்தமாதிரி, கயிறுகளை அவனிடம் கொடுத்துவிட்டு இடுப்புத்துணியில் முடிந்திருந்த வெற்றிலைப் பாக்கு புகையிலைக் காம்பைக் கிள்ளிப் போட்டு வாயை மென்றபடியே எந்த மாட்டை எப்படி பழக்கவேண்டுமென்று சில குறிப்புகளை குழறிய வார்த்தைகளில் அவனுக்குக் கொடுத்தார்.

பனிச்சறுக்கு மைதானத்தில் பாய்ந்துசெல்லும் சறுக்கு வண்டியைப் போல இருந்தது அவர்கள் இருவரும் நின்று கொண்டிருக்கும் பலகை, சேற்று நிலத்தில் மிதந்து சறுக்கிச் சென்றவிதம். இதுதான் நேரம் என்று அவன் தாத்தாவிடம் தான் கண்ட கனவின் அத்தனை விவரங்களையும் அவருக்குக் காட்சிப்படுத்திச் சொன்னான். மேலும் அந்தப் பறவை செய்துகொண்டிருக்கும்போதே பறந்ததற்கு என்ன காரணம் என்பதையும் கேட்டறிய விரும்பினான். அவனுக்குத் தக்கப் பதிலை தரவேண்டும் என்பதில் சிரத்தை உள்ளவர்போல கொஞ்சநேரம் இருந்து பிறகு சொன்னார், "பறவையின் உறுப்புக்கள்ல முக்கியமா இருக்கும் அந்த சிறகுகளை நீ மொதல்லயே செஞ்சிருக்கக்கூடாது." அந்தப் பதிலைக் கேட்டு அவன் விழுந்து விழுந்து சிரித்தான்.

அப்போது தானோ என்னவோ, "நீராகாரம் குடிச்சுட்டுப் போ" என்ற அவனின் தாயின் குரல் கேட்டது. "தாத்தா இந்தா கயிறு தோவரேன் மிச்சத்தை அப்புறம் பேசலாம்" என்றுவிட்டு சேற்றில் அங்கொன்றும் இங்கொன்றுமாகக் கால்வைத்து ஓடினான்.

வேப்பங்குச்சியைத் துப்பிவிட்டு வாயை, கைகாலை கழுவிக்கொண்டு வரப்பில் இருந்த அம்மாவிடம் சென்றான். அவள் இவனுக்கு பழைய சோற்றை ஊட்டி நீராகாரத்தைக் குடிக்கக் கொடுத்தாள். இத்தனைக்கும் அம்மா, அடிக்கடி கீழ்திசையைப் பார்ப்பதில் கவனமாயிருந்தாள். இவனுக்குத் தெரியும் அப்பா வருகைக்காக இவள் விழிகள் ஏங்கித் தவிக்கின்றன என்று.

திடீரென்று அம்மாவின் முகம் பளீரென மலர்ந்து ஒளிர்ந்ததை நீராகாரத்தைக் குடித்து முடித்துவிட்டு நிமிர்ந்தபோது தான் இவனுக்குத் தெரிந்தது. "அப்பா வந்துட்டாரு, அப்பா வந்துட்டாரு" என்று துள்ளிக்குதித்தபோது இவனுக்கென கொடுத்த பழைய சோற்றுக் குண்டான் கீழேபோய் விழுந்தது. அவன் அதைப் பொருட்படுத்தினான். அதை எடுத்து கால்வாயில் போன தண்ணீரில் கழுவி மற்றப் பாத்திரங்களோடு வைத்துவிட்டு அவனும் கிழக்கில் பார்த்தான்.

அவ்வளவு ஒரு பாய்ச்சலாக வெந்நிற குதிரையொன்று வந்து கொண்டிருந்தது. அரபு தேசங்களிலிருந்து காயல்பட்டினத்திற்கு நாவாயில் வந்திறங்கிய குதிரை அது. மிகுதுயர்ந்த விலையைப் பற்றி கவலை கொள்ளாமல் போர்ப்படை தளபதியென்பதால் பெரிய காலாடிக்கு பூலித்தேவர் கையளித்துக்கொடுத்த குதிரையும் அதுவே.இவன் நின்றுகொண்டிருந்த இடத்திற்கே சரேல்புரேலென வந்தது குதிரை. வெகு அழகோடு குதிரையிலிருந்து குதித்துப் பாய்ந்து வந்து தன் மகனை ஒரே கையால் நெஞ்சுக்கு நேராகத் தூக்கி நிறுத்திக் கேட்டான் பெரிய காலாடி "எப்படிரா இருக்கே?" என்று. முகத்திற்கு நேராக பூப்பூவாகச் சிரித்தான் குழந்தை. "வாங்க" என்றவளின் கையையும் பிடித்து சுடர்வீசும் அந்தக் கண்களிடம் "எப்படி இருக்கே?" என்றான்.

இதற்காகத்தான் இவ்வளவுநாள் காத்திருந்தவள் போல வார்த்தைகளால் பொரிந்தாள். அவள் அவன் போர்த்தொழிலை விட்டு வந்து மற்றவர்களைப் போல விவசாய வேலை பார்க்க வரும்படி அவள் கேட்டாள். அது மட்டுமின்றி அடிக்கடி சுற்று வட்டாரங்களில் நடக்கும் சண்டைகளில் இவன் எத்தனை பேரைக் கொன்று குவிக்கிறான் என்பதை மக்கள் பேசிக்கொள்ளும்போது தனக்குப் பீதியேற்படுவதாகத் தெரிவித்தாள். கண்கள் கலங்கி நிற்கும் அவளின் கன்னங்களை மெதுவாகத் தட்டினான்.

அவள் மேலும் ஒன்றைச் சொல்லிவிட்டு அங்கிருந்து கோபித்துக் கொண்டவள் போல வேகவேகமாக ஓடிச் சேற்றில் இறங்கி நாற்று நடுவதைத் தொடர்ந்தாள். "உனக்காக ஒருத்தி உயிரை வச்சிகிட்டு காத்துகிட்டிருக்கா. ஆனா உனக்கு அந்த ஞாபகமே இல்லை போலருக்கு..."

ஓலைப்பறவை சம்பந்தப்பட்ட கனவை பையன் போர்த்தளபதியான தன் தந்தையிடம் சொன்னான். தனக்கு ஒரு ஓலைப்பறவையைச் செய்துகொள்ள வேண்டும் என்பதையும் உடன் தெரிவித்தான். "அது பெரிய விஷயமேயில்லை. உடனே செஞ்சுப் பாத்துடலாம்" என்று பெரிய காலாடி கூற உடனே எல்லையில்லா மகிழ்ச்சிக்கு ஆளானான் சிறுவன். இந்த உலகத்தில் உள்ள ஒவ்வொருவருக்கும் அப்பா இருக்க வேண்டும் என்று அவன் வேண்டினான்.

அவர்கள் பனஞ்சாலைக்கு நடந்தனர். ஆளாளுக்கு இரண்டு பனை ஓலைகளுடன் சடுதியில் வரப்புத் திட்டிற்குத் திரும்பி வந்தனர்.

வந்த இடத்தில் ஒரு சின்ன அதிர்ச்சியும் காத்திருந்தது. குட்டை யிலிருந்து மரத்திம்மைகள் சிலவற்றை இழுத்துப்போட்டு அதன் மீது உள்ளூர் பெரியவர்கள் சிலர் அமர்ந்திருந்தனர்.

இரண்டு மாதங்களுக்கு முன் நடந்த கோவில் கொடையின் போது இரவு நடைபெற இருந்த நாடகத்தின் கலைஞர்களையும் அதன் ஆசிரியரையும் சாவடியில் வைத்து மிரட்டி ஊரைவிட்டே ஓடச் செய்ததற்கும் கலைநிகழ்ச்சி ரத்து ஆனதின் வாயிலாக கொடை வைபவம் சீர்கெட்டுப் போனதற்குக் காரணமாக இருந்ததற்கும் ஊர் சமூகத்தின் முன்பு வந்து மன்னிப்பு கேட்க வேண்டும் என்பதைச் சொல்லிவிட்டுப் போகவே வந்ததாகவும் சொல்லிவிட்டு அவர்கள் எழ இருந்தார்கள். அது மட்டுமின்றி அவர்கள் ஆளாளுக்கு ஒரு வசைச் சொல்லை அவன்மீது வீசியெறிந்தார்கள். பெரிய காலாடியோ குற்ற உணர்ச்சி ஏதுமின்றி துடுப்பினால் தொடர்ந்து குத்திக்கிழிப்பவர்களுக்கே வழிவிட்டு படகு பயணத்திற்கு உறுதுணையாக இருக்கும் பெருங்கடலைப் போல அலை அலையான புன்னகையொன்றை அவர்களுக்காக தருவித்தபடி அவன் இருந்தான்.

பனை ஓலையைக் கிழித்துக் கிழித்து ஓலைப் பறவை செய்வதில் மும்முரமாய் இருந்த சிறுவன் "உன்ன ஏம்பா இவங்க எல்லாம் வய்யறாங்க" என்று கேட்டான். சரி அவனுக்கு உதவலாம் என்று அருகில் அமர்ந்தான். பனை ஓலைகளின் எல்லா பட்டைகளையும் தனித் தனியே சின்னஞ்சிறு அகலத்திற்குக் கிழித்துக் கொடுத்தான். இருவரும் புல்தரையில் அமர்ந்திருக்க

மற்றவர்கள் சுற்றிலும் கொண்டுவந்து போடப்பட்ட மரத் திம்மைகளின்மீது அமர்ந்திருந்தனர்.

உள்ளூர் கோவில் கொடையின்போது தான் ஊரிலேயே இல்லை என்பதைக் குறிப்பிட்டு, அப்படி சாவடியிலோ கோவிலிலோ வந்து தங்கியிருந்த நாடகக் கலைஞர்களைத் தான் சென்று மிரட்டியதாக ரூபக்கால் செய்ய முடியுமா என்று இவன் கேட்டான். அவர்கள் புறப்படுவதற்குமுன் சில கருத்துக்களைப் பகிர்ந்துகொள்ள வேண்டியுள்ளது என்பதால் சற்றுநேரம் பொறுத்திருக்கும்படி வேண்டிக்கொண்டு தன் மகன் என்ன செய்கிறான் என்று உற்றுப் பார்த்தான்.

இரண்டாகப் பிளந்த பூந்துடைப்பக் குச்சிகள் ஈர்க்குச்சிகள், முழுதான தென்னந்துடைப்பக் குச்சிகள், கட்டுக்கொடி நார்கள் ஆகியவற்றைக் கொண்டு தையல் இலைகளைத் தைப்பதுபோல் சில இடங்களில் ஓலைகளை வைத்து சில இடங்களில் பறவை வடிவத்திற்கு ஏற்ப துடைப்பக் குச்சியை வளைத்து அதில் கட்டுக்கொடி நாரைக் கட்டி அதில் ஓலையைக் கோத்து தடுக்குபோல் பின்னினான்.

கவனமாகப் பின்னுவதில் அவன் அவசரப்படுவது போல தெரிந்த பெரிய காலாடி, ‘இப்படி கொடு நான் பின்னித்தரேன்’ என்று வாங்கினான்.

வாங்கிப் பின்னத் தொடங்கியவாறே அப்போது நாற்று நட்டுக்கொண்டிருக்கும் தன் மனைவியை உற்றுப் பார்த்தான். அவளோ இந்த உலகத்தில் நாற்று நடும் பணியைவிட முக்கியமானது வேறெதுவுமில்லை என்பதுபோல நாற்றுக்கற்றை முடிச்சியிலிருந்து தனித்தனி ஒரு நாற்றாக நட்டுச் செல்வதில் ஒரு தேர்ந்த வித்தகி போல மெனையேறிக்கொண்டிருந்தாள்.

இவர்கள் குறிப்பிடும் அந்த நாடகக்கலைஞர்கள் அரங்கேற்றம் செய்ய இருந்ததாகச் சொல்லப்படும் முக்கூடற்பள்ளு நாடகத்தை ஏற்கனவே திருநெல்வேலியில் வைத்துப் பார்த்துவிட்டதாகவும் அவன் கூறினான். நாடகம் பார்த்த அன்றைய மறுதினமே பாளையங்கோட்டை சத்திரத்தில் வைத்து நாடக ஆசிரியரை தேடிச்சென்று நாடகத்தின் உள்ளடக்கம் குறித்து விவாதித்ததாகவும் அவன் மேலும் குறிப்பிட்டான்.

தரைவழி மார்க்கமாக மனிதன் பயணித்த மனிதன் நாவாயைக் கண்டுபிடித்து கடலில் இறங்கினான். இன்று ஆகாயக் கப்பலையும் கண்டுபிடித்துவிட்டான். ஆனால் அடுத்தவனை இழிவுபடுத்துவதிலும் அடுத்தவனைத் தனக்கு இணையாகப் பார்க்க ஒருபோதும் விரும்பாதவனாக, தனக்குக்

கீழாக பாவிக்கக்கூடிய காட்டுமிருகமாகத்தான் இருக்கிறான் என்று இவனுடைய பேச்சுக்கு அந்த நாடக ஆசிரியர் தலைகுனிந்ததுதான் மிச்சம். கடைசியில் 'உண்மைதான்' என்று அவர் ஒப்புக்கொண்டார். பாளையங்கோட்டை சத்திரத்தில் இதுதான் நடந்தது.

கிட்டத்தட்ட ஓலைப்பறவை தயாராகிவிட்டது இப்போது. கட்டுக் கொடியில் கிழித்த நார்களைப் பறவையின் உடம்புப் பகுதிக்கும் இறகுப் பகுதிகளுக்கும் உள்ளே குறுக்கும் நெடுக்குமாகக் கட்டினான். சிறகுப் பகுதியில் வெவ்வேறு முனைகளாக அந்த ஓலைத் தடுக்குகளைப் பிரித்துப் பிரித்துவிட்டான். பறவையின் வயிற்றுப் பகுதிக்கு ஊடாக, பின்பகுதிக்கு வெளியே இப்போது கட்டுக்கொடியைத்தளர்த்திவிட்டிருந்தான்.தொழில்நுட்பங்களை அறிந்து தேர்ந்த அறிவியல் கண்டுபிடிப்பாளனைப்போல அவன் செய்துகொண்டிருப்பதை அங்கு வந்திருந்த உள்ளூர் பெரியவர்கள் பார்த்தனர். சின்னஞ்சிறு பையனின் தாயும் அங்கிருந்து பார்த்தாள். பெரிய காலாடியும் உற்றுப் பார்த்தாள். தாத்தாவும் பாட்டியும்கூட அங்கு வந்திருந்தனர். சின்னஞ்சிறு பையன் ஓலைப்பறவையைக் கையில் ஏந்தி பின்பகுதியில் வெளிவந்துள்ள கட்டுக்கொடி நாரினை முக்கால் பங்குக்கு படுவேகமாக வெளியே இழுத்தான். மேலும் நீளமாக இழுத்துவிட ஓலைப்பறவை சிட்டெனப் பறந்து சிறகடித்துச் செல்ல எல்லோருக்கும் அதிசயமாகிவிட்டது. வெடிச் சிரிப்போடு ஆரவாரித்து மகிழ்ந்தனர்.

வந்திருந்தவர்களும் தங்கள் கோபங்களை மறந்து கைகொட்டிச் சிரித்தனர். "உன் பையன் கெட்டிக்காரனப்பா" என்று கூறினர். போர்க்களத்தில் கிடைத்த வெற்றிக்கு மகிழ்வதைவிட பல மடங்கு மகிழ்ச்சிக்கு ஆளானான் பெரிய காலாடி.

அவன் மனைவியும் தன் பொய்க்கோபத்தை மறந்துவிட்டு ஓடிவந்து சின்னஞ்சிறு பையனை எடுத்துக்கொண்டு, "என் செல்லமே" என்று அவன் கன்னத்தைக் கிள்ளினாள். கிள்ளிவிட்டு அப்படி கிள்ளிய விரல் நுனிகளை தன் வாய்மீது ஒத்தி 'ப்ச்' என்று கொஞ்சினாள். கொஞ்சியவாறே என்றென்றைக்குமான மென்னகை ஒன்றைத் தருவித்தவாறே பெரிய காலாடியைப் பார்த்தாள். அவனும் அவளுடைய அன்பெனும் தேன் வடியும் கள்ளமறியா சிரிப்பில் உள்ளம் உருகினான்.

அந்த மகிழ்ச்சி வேகத்திலேயே தன் கவச உடை பையிலிருந்து தங்கக்காசுகளை இரண்டு கைநிறைய அள்ளி எல்லோருக்கும்

கொடுத்தான். அவர்கள் வாங்க எவ்வளவோ மறுத்தும், "இது என் சம்பளப்பணம் அல்ல. இது எனக்கு பூலித்தேவர் கொடுத்த பரிசுப்பணம். என் அன்பிற்குரியவங்களுக்குத் தர்றேன். இந்தாங்க." என்றான். தன் மனைவியிடம் எல்லாருக்கும் சூடாக வெல்லத் தண்ணீர் பானகம் போட்டுத் தரமுடியுமா? என்று கேட்டான். அவளோ ஏலக்காய் போட்டு அற்புதமானதொரு சுவைமிகுந்த சூடான சுக்கு மல்லி பானகத்தை அனைவருக்கும் குவளைகளில் கொண்டுவந்து கொடுத்தாள். எவரையும் கேவலப்படுத்தி எவரும் சுகத்தில் திளைப்பதை ஒருபோதும் அனுமதிக்கமுடியாது என்பதும் வீறுகொண்டு எழுந்த சமூகமொன்றை தன் நாடகப் பிரதிமூலமாக அடிமைத்தனத்திற்குத் தள்ளிவிடும் திருட்டுத்தனத்தை எப்போதும் அனுமதிக்கமுடியாது என்றும் அவன் கூறினான். "மக்கள் வரலாற்றில் உன் புகழ் என்றென்றும் நிலைத்திருக்கும்" என்றுவிட்டு அவர்கள் இடம் அகன்றனர்.

தன் மகனை குதிரையில் ஏற்றிக்கொண்டு ஒரு வட்டம் சுற்றிவர தன் சுற்றத்தார்களிடம் சொல்லிவிட்டு அவன் புறப்பட்டான்.

பையனுக்குத் தன் தந்தையுடன் குதிரையில் முன்பக்கம் அமர்ந்து செல்வது இது முதல் அனுபவம் என்பதால், வானத்தில் பறப்பது போன்ற உணர்வுக்கே அவன் சென்றான். ஏற்கெனவே குதிரையில் ஏற்றிச் செல்வதாகத் தந்தை சொல்லியிருந்த போதும் இதுநாள்வரை சரியான சந்தர்ப்பம் அமையவில்லை. ட்டொக்... ட்டொக் என்று சாலையில் பாய்ந்து செல்லும் குளம்படி ஓசையே உற்சாகத்தைப் பலமடங்கு தருவதாக இருந்தது. இருபக்கமும் பசுமை பூண்டிருக்கும் காட்டு வாசனையோடு சாலையோர பண்ணைப் பூண்டு மலர்கள் பின்னோக்கிப் பாயும் அழகு கொள்ளை கொண்டது. தந்தையின் அரவணைப்பில் குதிரையில் அமர்ந்து செல்லும் கனவும் இன்று நிறைவேறிவிட்டது. எவ்வளவு ஒரு அற்புதம். ஆரம்பத்தில் மயக்கம் ஏற்படுத்துவது போன்ற வேகம். இப்போதோ அந்த வேகமே பெரும் உற்சாகத்தைத் தருவதாக மாறிவிட்டது. "அப்பா ரொம்ப நல்லாருக்குப்பா" என்றான். "மரம் செடிகொடியெல்லாம் ஏம்பா பின்னால் ஓடுது" என்று திடுமென ஒரு கேள்வியை அவன் கேட்டு வைத்தான். "நாம முன்னோக்கிப் போகப்போக ஏற்கனவே இருந்துட்டுருக்கிற எந்தப் பொருளும் பின்னுக்குத் தள்ளப்படும். நாம எல்லாவற்றையும் கடந்து போய்க் கிட்டிருக்கிறோம் அப்படிங்கறதுக்கு இந்தக் காட்சிதான் உதாரணம். ஆனா உண்மையில் எதுவும் பின்னுக்குப் போகல. அது அது இருக்கற இடத்துலதான் இருக்கு" என்று அவன் விளக்கமாகச் சொன்னான். ஆனால், பையன் சொன்ன ஒரே பதில் "நீ சொல்றது எதுவும் எனக்குப் புரியலப்பா."

குதிரைக்கு இளஞ்சிறுவனை ஏற்றிக்கொண்ட மகிழ்ச்சியோ என்னவோ சாட்டையைச் சொடுக்காமலே முன்னிரண்டு கால்களையும் பாய்ச்சலான ஓட்டத்தில் நீந்திச்செல்வது போல வைத்துப் பறந்தன.

தங்கள் வயற்காட்டு வீட்டிலிருந்து பல மைல் தூரம் தள்ளிவந்து விட்டதை அவன் உணர்ந்தான். சரி இதுபோதும் இனி திரும்பிவிடலாம் என நினைத்துத் திரும்பினவாக்கில் தூறல், மழையாக மாறுவதற்குமுன் சென்றுவிடவேண்டும் எனத் துரிதப்படுவதற்குமுன் மழை கடுமையாக இறங்கிவந்தது. சடார்சடாரென்று அடித்தது. அருகில் இருந்த ஒரு மலைவெளிக்கு குதிரையைச் செலுத்தினான். ஓரளவுக்கு குதிரை ஏறி ஓடுவதற்கு ஏற்றார்போலவே இருந்தது மலை. அங்கிருந்து உள் ஒடுங்கிய மிகப் பெரிய பாறைக்குக் கீழே அருகே இறங்கினான். குதிரை, பெரிய காலாடி, சின்னஞ்சிறு பையன் மூவரும் தற்காலிகமாக தப்பித்தனர். இதற்கப்புறம்தான் மழை இன்னும் வலுத்தது.

குதிரையின் முகத்தில் வழிந்த நீரை சிறுவன் வழித்து வழித்து விட்டான். போதாதென்று மேலிருந்து கீழாக தடவிக் கொடுத்தான். தடவிக்கொடுக்க தடவிக் கொடுக்க குதிரை அதில் திளைத்து இணங்கி நின்றது. “குதிர நல்ல குதிரப்பா” என்று தன் தந்தையிடம் தெரிவித்தான். பெரிய காலாடி சிரித்தபடியே தட்டிக் கொடுத்தான். அப்போது மழை நின்றிருந்தது.

தந்தையால் தட்டிக்கொடுக்கப்பட்ட மகிழ்ச்சியில் உற்சாகம் கொப்பளித்தது பையனுக்கு. மழைநின்ற தருணத்தில் வேறு பாறைகளுக்கு ஓடினான். அதில் ஏறி சுற்றிச் சுழல ஆரம்பித்தான்.

இரு கைகளையும் இரு திசைகளுக்கு நீட்டி இடமிருந்து வலமாகச் சுழன்றவாக்கில் ஏதோ பாடலொன்றை முணுத்தான்.

சம்பா விதை பாவி
சருகுச்சம்பா நாத்துவிட்டு
பிடித்து விதை பாவி
பெருங்கடல் தீர்த்தம் வந்து,
சரம் சரமாய் நெல்விளையும்
சமுத்திரம்போல் போர் ஏறும்...

என்ன பாட்டு இது. பையனுக்கு நல்ல நினைவாற்றல் என்று தோன்றுகிறது. இவனுடைய அம்மாவோ பாட்டியோ இவனைத் தூங்க வைக்கப் பாடியிருப்பார்கள் போலிருக்கிறது.

அழகாகச் சுழன்றவன் அப்படியே நின்றான். “அப்பா அங்க பாருங்கப்பா” என்று கை காட்டினான். கொண்டல் கொண்டலாய் ஏறியிருந்தன மேகங்கள். வெண்நாரையொன்று

சிறகுகளை அசைக்காமலேயே ஈரம் வடிந்திருந்த வானில் ஒரு வட்டமிட்டுப் பறந்தது. பறந்து வட்டமிடுவதிலேயே வெவ்வேறு சாகசங்களை அப்பறவை செய்தது. அதைப் பார்த்துவிட்டு கைகாட்டி எகிறி எகிறி குதித்து தன் தந்தையின் அருகே ஓடிவந்து நின்றுகொண்டு பார்த்தான். குளிர்ந்த வெற்றுவெளி பறவையின் உலாவலுக்கு இனிமையாய் அமைந்து விட்டது இத்தருணம், தன் தந்தைகூட அந்தப் பறவை பின் மகிழ்ச்சி விளையாடல் களைப் பார்த்து களிப்பது தெரிந்தது. பிறகு அவன் கேட்டான், "அப்பா மனுசனுக்கு ஏம்ப்பா செறகுங்க முளைக்கறதில்லை."

அந்தக் கேள்விக்கு உடனடியாக பதிலொன்றை சொல்லிவிட வேண்டும் என்றுதான் பெரிய காலாடி நினைத்திருந்தான். தக்க பதிலுக்காக சற்றுநேரம் எடுத்துக்கொள்ளலாம் என்றும் தோன்றியது. ஆனால் அதற்குள் "வீட்டுக்குப் போலாம் வாப்பா. அம்மா தேடுவாங்க... மழை விட்டுடுச்சி அம்மா தேடுவாங்க" என்று சின்னஞ்சிறு மகனின் அழைப்பை ஏற்று குதிரையைப் பிடித்துக்கொண்டு மகனோடு மலையிலிருந்து இறங்கினான். பறவை சாகசம் புரிந்த வானவெளி வெறிச்சோடியிருந்தது.

அன்று மாலை நெற்கட்டாஞ்சேவல் கோட்டையருகே இருந்த மைதானம் ஒன்றில் வீரர்களுக்குப் பயிற்சியளித்துவிட்டு கருங்கல் திட்டு ஒன்றின்மீது ஏறி படுத்தவாக்கில் மேகங்களின் வழியே மறைந்து மறைந்து வெளிப்படும் நிலவைப் பார்த்தபடியே நினைவுகளில் பயணிக்க ஆரம்பித்தான்.

சிந்தனைகளில் நீந்திக்கொண்டிருந்தவனை, ஏதோ ஒருதுக்கம் கொத்தி எடுத்துச் சென்றது. அவனை ஒரு பயிர் விளைச்சலில் போட்டுவிட்டு அது சென்றுவிட்டது. அவளின் கடைவிழியில் பருகிய அமுதம் அவன் புன்னகை வழியே நிரம்பி வழிந்தது. 'அன்பே நீ என்ன செய்து கொண்டிருக்கிறாய். என்னை மன்னித்து விடு. உன்னை விட்டு உடனே பிரிய வேண்டியதாகிவிட்டது.'

நிலத்தின் அடி ஆழத்திற்குச் சென்று, இறங்கி, உள்மண்ணோடு ஒட்டுறவை உயிர்ப்பித்துக்கொண்டிருக்கும் தருவை, வேரோடு பிடுங்கி வீசியெறிந்ததைப் புயற்காற்றென இழுத்து வந்து சேர்த்துவிட்டன இக்காலத்தின் கடமை தினங்கள். இன்றும் அப்படித் தான். ஆனால், இவன்மீது பூலித்தேவர் வைத்திருக்கும் அன்புக்கு எதை இணையாக வைத்து உடனடியாக யோசித்து நேரத்தைக் கடத்தாமல் ஒரு உதாரணத்தைச் சொல்லிவிட முடியும்.

அவனால் யோசிக்க முடியவில்லை. இன்று உச்சி வெயிலில் கோட்டைக்குத் திரும்பியதுமே இவனுக்கு ஒரு உத்தரவு காத்திருந்தது.

“உன்னை உடனடியாக அரசர் பார்க்க விரும்புகிறார்” என்பதுதான் அது. அவர்கள் சொல்லும்போது ஏதோ இவன் தவறு செய்துவிட்டது போலவும் தண்டனை வழங்கவே அழைக்கிறார் என்பது போன்றதொரு தொனி இருந்தது. மோசமான போர்ச்சூழல் நேரத்தில், குடும்பத்தை எதற்கு பார்க்கச் செல்ல வேண்டும் என்று அவர் கருதியதாக மற்றவர்கள் இவனிடம் சொன்னார்கள். ஆனால் கோட்டை வளாகத்தில் உள்ள அரண்மனைக் குன்று என்றும் கருங்கல் மாளிகையில் காத்திருந்தபோது பூலித்தேவர் வெளிப்பட்ட தோரணை மிகமிக அழகானது. முரட்டுத் தோற்றம் என்றாலும் கண்களில் காருண்யம் பளிச்சிட்டது. “நீ குடும்பத்தை பார்க்கப் போரேன்னு ஒரு வார்த்தை சொல்லியிருந்தியானா இந்த பொன் நகைகளை வாரி கொடுத்திருப்பேன். குடும்பத்தைப் பார்க்கப்போனா வெறுங்கையோட போகலாமா?” பணியாள் எடுத்து வந்த தாம்பாளத்தட்டில் நகைகளை அள்ளியெடுத்து காட்டினான். இவன் ஒன்றை மட்டுமே குறிப்பிட்டுச் சொன்னான்.

“நான் இந்த பொன் ஆபரணங்களுக்காக உங்க கிட்ட வேலைக்கு இல்ல.”

“ஹஹ்ஹஹா” அவர் சிரித்தார்.

“கேட்டீங்களாப்பா என்னுடைய படைத் தளபதியோட வார்த்தைகளை” என்று அங்கு வந்திருந்த பிறநாட்டு பாளையக்காரர்களிடம் பெருமிதப்பட்டுச் சொன்னார். வந்திருந்த வர்கள் கைதட்டி ஆரவாரித்தனர். அப்போது அங்கு பெரிய காலாடி உட்பட அனைவருக்கும் பழச்சாறு பரிமாறப்பட்டது. பழச்சாற்றை பருகிக்கொண்டிருக்கையிலேயே கடந்த வாரம் வாசுதேவநல்லூர் கோட்டையைத் தகர்த்தெறிய முயன்றவர்களில் முக்கியமானவர் யார் என்ற ரகசியத்தை வெளியிட்டபோது எல்லோரும் அதிர்ச்சியடைந்தார்கள்.

இதுநாள்வரை நண்பனைப்போல் நடித்துவந்த திருவாங்கூர் அரசனே அவன். இதைப்போன்ற ஒரு மதியவாக்கில்தான் திருவாங்கூர் மன்னன் கலகலப்போடு கதைபேசி பழச்சாறு பருகிவிட்டு வெளியே போய் சதிசெய்துவிட்டான்.

மகபுசுகான் பஸ்ஸாலட் ஜங் மற்றும் பாண்டிச்சேரி கவர்னர் முதலியவர்களிடமிருந்து கர்நாடகத்தைக் கைப்பற்றி விடுவார்கள் என்றும், அதன் பிறகு நவாபு பதவியிலிருந்து அவனுடைய உடன் பிறந்த மகமதலி நீக்கப்பட்டு அந்த இடத்திற்கு அவனை நியமிக்கப் போவதாகவும் உருவாகியிருந்த எதிர்ப்பார்ப்புகளை இயல்பாக திருவாங்கூர் அரசனிடம் பகிர்ந்துகொண்டார். ஆனால், அவனே மறுநாளே மகமது யூசுபைச் சந்தித்துள்ளான்.

ஆங்கிலேயரை விட்டு அவன் விலகிவிட வேண்டும். அவர்களுக்கு எதிரான மக்புசுகான் சேர்ந்துகொண்டால் தனக்குட்பட்ட திருநெல்வேலி நாட்டிலுள்ள எந்த மாவட்டத்தையும் வேண்டுமானாலும் வாய்ப்புக் கேற்றபடி கொடுப்பதாகவும் வாக்களித்துள்ளான். பத்திரமாக அதை எழுதியும் அவர்களிடம் கொடுத்தும்கூட நவாப்பின் ஆட்சியில் அதிருப்தியே மிஞ்சியுள்ளது. எனவே, களக்காட்டையும் அதை அடுத்த மாவட்டங்களையும் தன்னிடம் ஒப்படைக்கும்படி கட்டாயப்படுத்தினான். நீ மட்டும் இதைச் செய்து விட்டால் பூலித்தேவரை ஒழிப்பதில் உன்னோடு நாளைக்கே போருக்கு வரத் தயார் என்று கூறி மருதநாயகத்தை (மகமது யூசுபுவை) உசுப்பிவிட்டிருக்கிறான்.

இதுதான் நேரம் என்று மகமது யூசுபு படை ஆட்கள் பதினெட்டு பவுண்டு எடையுள்ள பீரங்கியைக் குண்டு வெடித்து தீர்த்திருக்கிறார்கள். அவர்கள் கெட்ட நேரம் தகர்ந்தது வாசு தேவநல்லூர் கோட்டைக்கு எதிரேயுள்ள பாறைகளே. மதிலின் உச்சியில் லேசாய் சிராய்ப்பு ஏற்பட்டிருக்கிறது அவ்வளவே.

வாசுதேவநல்லூர் கோட்டையென்ன சாதாரண கோட்டையா? மேற்கு மலைத் தொடர்ச்சி மலைகளின் அடிவாரத்தில் இரண்டு மைல் தூரம் பரவியுள்ள காட்டுக்குள் பாதுகாப்பாக இருக்கிறது அந்தக் கோட்டை. கோட்டையின் கிழக்கே வயல்வெளிகள். வாசுதேவநல்லூர் என்ற நகரத்தில் சில ஆயிரம் மக்கள் வாழ்ந்து வருகின்றனர். நகரத்தையும் கோட்டையும் சூழ்ந்திருக்கும் முள்வேலியின் உயரமும் அடர்த்தியும் எவரையும் அச்சமூட்டக் கூடியதாகும். வாசுதேவநல்லூர் கோட்டை செங்கல் கோட்டையைப் போன்று வலிமைமிக்கது. காடு முழுக்க நிறுத்தி வைக்கப்பட்டிருந்த ஆயிரத்திற்கும் மேற்பட்ட வீரர்களைக் கடந்து தான் எதிரிப்படையினர் உள்ளே நுழைய வேண்டும். அது ஆகாத முயற்சி. எனவே அவர்கள் பீரங்கிகளையே நம்பினார்கள். கொத்தளத்தை நோக்கி தொடர் தாக்குதல் நிகழ்த்தினார்கள். இரண்டு மூன்று நாட்கள் இது தொடர்ந்தது. அதிகம் போனால் பத்து பதினைந்து வீரர்கள் இறந்திருப்பார்கள். கடைசியில் கொண்டுவந்த வெடிமருந்து அவ்வளவும் காலி.

மூன்றாவது நாள் இரவு நெற்கட்டாஞ்செவ்வலிலிருந்து புறப்பட்ட பூலித்தேவனின் தலைமையில் வந்த மூவாயிரம் காலாட் படையினர் காட்டிலிருந்து வெளியேவந்து மருதநாயகத்தின் பாசறைகளை அழித்தனர். அதுமட்டுமின்றி திருவாங்கூர் படைகளை, செங்கோட்டை கணவாய் வரை சென்று அடித்துத் துரத்திவிட்டு வந்தனர். மகமது யூசுப்பும் பின் வாங்கி தப்பித்து ஓட்டம் பிடித்தான் என்றாலும் புதிய கூட்டணியின் இரு

படையினரிடையே நூற்றுக்கணக்கான வீரர்களை அழித்தனர், பூலித்தேவன் படையினர்.

இதையெல்லாம் பூலித்தேவர் சொல்லும்போது அண்டை நாட்டு பாளையக்காரர்கள் சின்ன பிள்ளைகளாக மாறி, மூக்கில் விரல் வைத்து, கதை கேட்ட நிகழ்ச்சி இப்போது நினைத்தாலும் சிரிப்பு வருகிறது. அந்தப் போரில் தன்னோடு ஒரு கை இழந்த நிலையிலும் போருக்கு வந்து எதிரிகளை வீழ்த்தி தன் சக படைத் தளபதி ஒண்டிவீரனை நினைத்து ஒரு கணம் சிலிர்த்தது, பெரிய காலாடிக்கு, பூலித்தேவர் கர்னல் ஹெரானை கட்டாய வரிவசூலுக்குப் படைகளுடன் பீரங்கிகளுடன் வந்தபோது துரத்தியடித்த காலத்திலிருந்தே உடன் இருந்து போராடி வருபவர். எத்தனையோ போர்களில் அவரின் பீரங்கிகளை முழங்கியவர். தானும் அத்தகைய ஒரு தகுதியோடு கடந்த போர்களில் நிரூபித்து வருவதையும் நினைத்து மகிழ்ந்தான்.

இந்த மகிழ்விற்கு ஆதாரம் பூலித்தேவனின் இதயம். நெற்கட்டாச் செவ்வலின் கடுக்காய், பனைவெல்லம், சுண்ணாம்பு, முட்டைகளைக்கொண்டு குழைத்துக்கொண்டு கட்டப்பட்ட கோட்டைக்கொத்தளத்திற்குள், உண்பதற்குச் சுவையான பழமரங்களின் பழங்கள் இருந்ததென்னவோ உண்மை . அந்தப் பழங்கள் எல்லாம் பூலித்தேவனின் நேசிப்புமிக்க பேராற்றலை விட கனிந்திருந்ததா என்றால், இல்லை என்று அதோ வயல்வெளியில் நின்றுகொண்டிருக்கும் செங்கால் நாரையைக் கேட்டால்கூட சொல்லிவிடும். அன்பே உனக்குத் தெரியுமா அவர் நம் குடும்பத்தின்மீது எவ்வளவு அக்கறை கொண்டிருக்கிறார் என்று.

வானில் நிலவுதான் சரசரவென்று போகிறதா என்று எதிராளியைத் தடுமாற வைப்பது போலிருந்தது அந்த வானவெளிக்காட்சி. உண்மையில் மேகங்களுக்கு எங்காவது போர் அறிவித்திருக்கிறார்களா? இவ்வளவு வேகமாக பாய்ந்து செல்கின்றனவே.

உண்மையில் அப்போதுதான் மூச்சுவாங்க ஒரு ஆள் ஓடிவந்து பெரிய காலாடியை எழுப்பினான். வந்தவன் பூலித்தேவனின் ஒற்றர் படையைச் சேர்ந்தவன்.

“என்ன ?”

“தெக்குப்பக்கம் . . . மறுபடியும் அந்த கான்சாகிப்னு சொல்லப்படற முகம்மது யூசுப்னு சொல்லப்படற மருதநாயகம்னு சொல்வாங்களே, அந்தாள் வந்து கூடாரம் போட்டுகிட்டிருக்கான்னே.”

“என்னடா சொல்றே.”

"ஆமாண்ணே..."

சடுதியில் கண்கள் சுழன்றன பெரிய காலாடிக்கு, வானைப் பார்த்தான். மேகங்கள் சரசரவென ஏதோ ஒரு போரை எதிர்கொள்ளப் போவது போன்ற வேகம். அந்த வேகம் இப்போது தேவை. தன்னுடன் ஐம்பதுக்கும் குறைவான வீரர்களை மட்டும் அழைத்தான். பூலித்தேவனின் காதுகளுக்கு இச்செய்தி எட்டுவதற்குள் தன் சகாக்களுடன் பல கால்வாய்களையும் புதர்வெளிகளையும் காட்டு மரங்களையும் நிலவொளியில் குதிரைகளில் பாய்ந்து, இடறி கடந்து பாய்ந்து மறைந்தான்.

அப்படி புதர்ச் செடிகளைக் காட்டு வெளிகளை நிலவெளியில் கடந்து சென்றபோதுகூட, பொங்கிவரும் நினைவுகளை அவனால் அடக்க முடியவில்லை.

தமிழ் மண்ணை ஆளாளுக்கு வேட்டைக் காடாக அல்லவா எல்லோரும் பாவிக்கிறார்கள்.

பாளையக்காரர்கள் அனைவரையும் திருடர்கள் என்றும் கொள்ளையர்கள் என்றும் பொய்ப்பிரச்சாரம் செய்து வருகிற இந்த போர்ச்சுகீசியர்களும், டச்சுக்காரர்களும் ஆங்கிலேயர்களும் பிரஞ்சுக்காரர்களும் இங்கு வந்து என்ன வேலை செய்து கொண்டிருக்கிறார்கள். பாளையக்காரர்களையெல்லாம் பூலித்தேவர் ஒருங்கிணைக்க முயலவும் அவர்களோ ஏதாவது சதிவேலை செய்து பிரிப்பதே கொள்கையாக வைத்துள்ளனர். 115 மைல் நீளமும் 75 மைல் அகலமும் உள்ள திருநெல்வேலி பூமியை, வருபவன் போகிறவனுக்கெல்லாம் குத்தகைக்கு விட இந்த பரதேசிகள் யார். இவர்களின் பாட்டன்கள் எந்த ஐரோப்பிய நாட்டில் எவளின் குண்டியை வேடிக்கைப் பார்க்க எங்கு சுற்றிக் கொண்டிருந்தவர்கள்.

வளம் மிகுந்த இடங்களில் ஆண்டுதோறும் மூன்று போகம் விளைந்தபோது, மூன்றில் ஒரு பங்குகூட விவசாயிகளுக்குச் சேராத அளவுக்குத்தானே இந்த கடற்கரை கோட்டைவாசிகள் வரிவசூல் என்ற பெயரில் கொள்ளையடித்தனர். இந்த நாடுகளை குத்தகைக்குத் தடுத்தவர்களின் அனுமதியின்றி பால்முற்றியக் கதிர்களை அறுவடை செய்ய முடியுமா பயிருக்கு நன்னீர் பாய்ச்சி வளர்த்த நிலச் சொந்தக்காரனால்? கடற்கரையில் கோட்டைகளைக் கட்டி உள்நாடு தன் வசமாக்கியும் சிறு குறு விவசாயிகள் தங்கள் விளைபொருட்களைத் தூரத்திலுள்ள கடைவீதிக்கு எடுத்துச் சென்றால் வழியெங்கும் ஒவ்வொரு கிராமத்திலும் சுங்கம் வசூலித்து அவனைச் சோத்துக்கு அலையவிடுவதுதானே இவர்கள் செய்த வேலை. அன்பே என்னை மன்னித்து விடு. இன்று எத்தனை பேரின் தலை உருளப்

போகிறதோ எனக்குத் தெரியாது. அன்பே உனக்குத் தெரியுமா? எல்லாம் வல்ல இந்த வெள்ளை அறிவாளி நாய்கள் இங்கு எதற்கு வந்திருக்கிறார்கள் என்று? இந்தப் பூமிப் பந்தையே அடிமை கொள்வதுதான் அவர்கள் லட்சியம். அதற்கு நாம் எப்படி இடம் கொடுக்கமுடியும்.

நினைவுகளைவிட அதிவேகத்தில் குதிரைப் படைகள் முகமது யூசிப்பின் முகாம் அருகே பாய்ந்து சென்றடைந்தன. போன வேகத்திலேயே நெற்கட்டாஞ் செவ்வல் கோட்டையை நோக்கி மிகத் துல்லியமாகக் குறி வைத்து நிறுத்தப் பட்டிருந்த பீரங்கியை அருகில் இருந்த ஒரு குளத்து நீரில் உருட்டிவிட்டான்.

திருச்சி நாட்டிலிருந்து வெடிமருந்து வரும் வரை சற்றே இளைப்பாறலாம் எனக் கூடாரத்திற்கு அந்தண்டைப்பக்கம் பாறைகளில் அமர்ந்திருந்த வீரர்கள் ஏதோ சத்தம் என ஓடிவந்தனர்.

அங்கே கூடாரத்தில் இருக்கை ஒன்றில் அமர்ந்து சுருட்டுவிட்டுக்கொண்டிருந்த ஒரு பேரழகனான முகம்மது யூசுப் எனப்படும் கான்சாகிப் எனப்படும் மருதநாயகம் வலிமையும் வசீகரமும் மிக்க ஒரு கட்டழகனான பெரிய காலாடியை நேருக்கு நேர் பார்த்தான். பார்த்த வாக்கிலேயே வாளை எடுக்க முனைந்தான். அவன் வாளை எடுத்துக்கொண்டிருக்கும் போதே இவன் வாளை எடுத்து எகிறி வந்த ஒரு வீரனை வெட்டி வீழ்த்தினான். அப்போதுதான் தெரிந்தது தனித்தன்மையான கும்பினிய படை இது. உருண்ட தலை ஓர் ஐரோப்பிய சிப்பாயினுடையது. எனவே உடல் அதிர்ந்தது பெரிய காலாடிக்கு. இது சாதாரண எதிர்கொள்ளல் அல்ல. இதற்கு அவசரமும், சிறப்புக் கவனமும் கூடுதலாக தேவை. கையில் எடுத்தவாக்கில் கண்ணில் எதிர்பட்டவர்களையெல்லாம் வெட்டி வீழ்த்தினான்.

முகமது யூசுப்பிற்கும் பெரிய காலாடி படையினருக்கும் சரமாரியான கலவரம் மூண்டது. பெரிய காலாடி பரம்பரம் போலச் சுழன்றான். படுதீவிரமாகப் போரிட்டான். அப்போதுதானோ என்னவோ மறைந்திருந்த ஒரு கும்பினியன் ஒருவனின் வாளால் தளபதி பெரிய காலாடியின் வயிறு குத்தி கிழிக்கப்பட்டு குடல் சரிந்து வெளியே தள்ளியது.

என் அருமை மகனே, அற்புதமான ஓலைப் பறவையைச் செய்ய விரும்பிய பூ மனத்தை எங்கிருந்து பெற்றாய். என் அன்பே நீ என் மகனை உலகம் போற்றும் உயர்ந்த சான்றோனாக்க வேண்டும்.

வெளியே சரிந்த குடலை தன்னுடைய தலைப் பாகையினால் வயிற்றை இறுகக்கட்டிக்கொண்டு மீண்டும் களம் இறங்கினான்.

பேய்க்காற்று, சூறைக் காற்றாகி, சுழன்றடித்து புயற்காற்றாக மாறிய நேரம் அது. சகவீரர்களும் தள்ளிநின்று அவன் வீரத்தை உன்னிப்பாக கவனித்தனர். மீண்டும் வீரப்போர் புரிந்து கும்பினிய படையினர் அனைவரையும் கொன்று குவித்தான். பெரிய காலடியின் தீவிரத்தைக் கண்டு அனைவரும் அதிர்ந்தனர்.

மிச்சம் மீதி உயிர்பிழைத்த ஓரிருவரோடு முகமது யூசுப் குதிரையெடுத்துக்கொண்டு தெற்கு நோக்கி பறந்தான்.

குதிரைகள் நெற்கட்டாஞ்செவ்வல் கோட்டையை நோக்கி மீண்டு நிலவொளியில் பறந்தன. கும்பினியரின் முகாமை அழித்து நாசம் செய்து விட்டு வெற்றி வீரனாகத்தான் திரும்பினான் பெரிய காலாடி.

கோட்டைக்கு வெளியே அவன் வருகைக்காக காத்துக் கொண்டிருந்த பூலித்தேவன் குதிரையிலிருந்து இறங்கி வந்தவனை ஓடிச்சென்று அணைத்துக்கொண்டான். காலாடி வயிற்றில் கட்டிய தலைப்பாகையெல்லாம் ரத்தம் பெருகி பூலித்தேவனின் உடலெங்கும் கொப்பளித்தன.

அவன் சொன்னான், “பீரங்கிய கவிழ்த்துப் போட்டுட்டு கும்பனியவனுங்கள கொன்னு போட்டுட்டன்.”

“ஆனா நீயும் என்னை விட்டுட்டு போறியேப்பா.”

பெரிய காலாடி கண்கள் சுழல தரையில் சரிந்தவாறே கடைசி சொட்டு ரத்தத்தையும் இந்த நாட்டிற்காகச் சிந்திவிட்டு இறந்தான்.

மன்னன் பூலித்தேவன் தளபதி பெரிய காலடியின் வீரத்தைப் போற்றி, அவனுக்கு நடுகல் நட்டு அவன் குடும்பத்திற்குப் பொன்னும் பொருளும் கொடுத்து கௌரவித்தான்.

அதன்பிறகு சில காலத்திற்குள்ளாகவே எல்லாமும் மாறியது. வெள்ளையர்களின் பீரங்கிகள் அப்பகுதியில் பெரும்பாலான கோட்டைகளை நிர்மூலமாக்கியது. அதில் பெரிய காலாடியின் மருத நிலமும் அங்கு வாழ்ந்த மக்களும்கூட தீக்கிரையாகினர்.

பாறைக்கு அருகே வந்து விழுந்திருந்த காய்ந்து முறுக்கேறிய அந்த ஓலைப் பறவையின் சிறகுகள் பாதி எரியாமல், மீதி எரிய புகைந்துகொண்டிருந்தது.

முற்றுகை காலாண்டிதழ்

இங்கே கூடை முடையப்படும்

வெந்தது வேகாதது என்று வித்தியாசம் அறிய சூளையில் வெந்த பானைகளை ஒவ்வொன்றாக எடுத்துத் தட்டித் தட்டிப் பார்த்து வைத்தபோது மனசில் ஒரு ரத்தினக் கம்பள விரிப்பில் வானத்தில் அமர்ந்து வேறொரு ஒரு அழகிய உலகத்திற்குப் பறந்து சென்றுவிட வேண்டும் போன்ற ஆசைகள் முகிழ்ந்துகொண்டிருந்தன. இப்படி ஒரு மாதிரியாய் இருந்த சிற்றரசுவை முறைத்துக் கவனித்தவாறே சட்டிப்பானைகள் ஒவ்வொன்றாய் எடுத்து எடுத்து சீராய் அடுக்கும் அப்பாவையும் அவன் எரிச்சலாய் கவனித்தான்.

கிட்டத்தட்ட வேண்டாவெறுப்பாகவே இந்தத் தொழிலில் ஈடுபட வேண்டியதாயிருந்தது சிற்றரசுவிற்கு. பானை சட்டிகளைச் சூளையில் வேக வைப்பது, அதிகாலையில் ஏரிக்குச் சென்று மாட்டு வண்டியில் களிமண் வெட்டி எடுத்து வருவது, குடம் தண்ணீரை ஊற்றிப் பிசைவது, வனைவது, சூளை போடவென்றே வாங்கி வந்த மரத் திம்மைகளைப் பிளந்துப் போடுவது என்றில்லாமல் புதிய நாகரிக வஸ்து தேடி மயங்கி நின்றது. கத்திபோல சலவை செய்த ஆடைகள், பக்கத்தூர் வேலைக்குப் போக எளிய மோட்டார் சைக்கிள், மாதாமாதம் டான் என்று சம்பளம் ஈட்டி வீட்டின் செலவுக்கு தருதல்.

கணிசமாக சேர்த்து வைத்தல், அம்மா அப்பாவோடு நகரத்தின் பெரிய அங்காடிகளில்

நுழைந்து அவர்களுக்கு வேண்டியதை எடுத்துக்கொள்ளச் செய்தல், மக்கிப்போன உத்தரங்களுடன் கூடிய இந்த நாட்டு ஓடு வேய்ந்த வீட்டை அப்புறப்படுத்தி விட்டு ரெட்டியார் தெரு, செட்டியார் தெரு, சமணர் தெருக்களில் உள்ளது போன்ற அழகழகான கான்கிரீட் சதுரங்களையோ, சீமை ஓடு வேய்ந்த எளிய குடில்களையோ கட்டிக்கொள்ளுதல், இப்படி வீட்டின் முன் களிமண் மேடுகளும், வணை சக்கரமும், கோலும், எருமுட்டைகளும், முட்செடிகளும் கூர்மொக்கையான மண்வெட்டியும் இல்லாமல் சின்னஞ்சிறு பூஞ்செடிகள், பால் கறக்க மட்டும் ஒரு பசுவுங்கன்றும், தவிர அந்தப் புங்கை மரத்தில் குறைந்தபட்சம் ஒரு தாம்புக்கயிறு ஊஞ்சல் கட்டி அதில் நேச மனைவியை அமரவைத்து... அவனுக்கு அதை நினைக்கவே ஆசையாக இருந்தது. சீக்கிரத்தில் வேலையில் போய் சேர்ந்து விடுவான். ஓரளவிற்கு எல்லாம் நிறைவேறும். ஆனால் அதுவரை?

அம்மா வந்தாள். பானை அடுக்கும் வேலை முடிந்ததை அறிந்து அவனுக்கு ஒரு வேலை வைக்க உத்தேசித்திருந்தாள், சில பிய்ந்து போன கூடைகளையும் மூன்று படி நெல்லிருந்த ஒரு சிறிய பையையும் அவனிடம் கொடுத்தாள். வெடுக்கென்று எல்லாவற்றையும் வாங்கிக்கொண்டு திரும்பிப் பார்க்காமல் நடந்தவனை மீண்டும் அழைத்தாள். "என்னாம்மா?" "இந்தா இருபது ரூவா... சின்னதா ஒரு புது கூடையும் வாங்கிக்க. நல்லதா பாத்து வாங்கு. பைல மூணுபடி நெல்லிருக்கு. பாத்து ஜாக்கிரதையா."

"போம்மா என்னைப் போய் இந்த வேலையெல்லாம் வச்சிட்டிருக்கற... நான் பள்ளிக்கூடத்து வாத்தியாராகப் போறேன்னு உனக்குத் தெரியாதா?" என்று சொல்லிவிட்டு பணத்தை வாங்கிக் கொண்டு நடந்தான்.

"டேய் வழியெல்லாம் தெரியுமில்ல." "தெரியும். நீதான் சொல்லியிருக்கியே."

குழந்தை கோபித்துக்கொண்டது போல விர்ரென்று வீட்டு முற்றத்தைக் கடந்து நடந்தான். கூடை முடையும் வீடு ஊருக்குள் இல்லாமல் ஊரைத்தாண்டி ஈச்சம் ஓடைக்குத் தெற்குப்புறமாய் ஒதுங்கி இருந்தது.

ஒரு மலைவாசி இனத்தைச் சேர்ந்தவர்கள் வீடு அது என்பதையும் அவன் அறிந்திருந்தான். டிராயர் போட்ட காலத்தில் சின்ன வயதில் அவன் அந்த வீட்டுக்கு அடிக்கடி வந்த ஞாபகம் சட்டென்று வந்தது. ஒரு கிழவனும் கிழவியும் மட்டுமின்றி சில கழுதைகளும்கூட அங்கே இருந்திருந்தன. அந்த முதியவர்கள் முடைந்த கூடைகளை வாங்கிக்கொண்டு நெல் கூலியாக – அந்த

நெல்கூட பெரிய பெரிய கம்பத்தம் பண்ணையார் வீடுகளுக்கு சட்டி பானைகளைக்கொண்டு போய்க் கொடுத்து மாற்றாக வாங்கி வந்த நெல்தான் – கொடுத்ததும் கூட ஞாபகம் வந்தது அவனுக்கு.

அதன் பிறகு வளர்த்தியானதும் வீட்டில் வைக்கிற எந்த வேலையும் செய்ய முடியாதவாறு பள்ளியே கதியென்று டியூஷனே முக்கியமென்று படிப்பே தலையாய விஷயமென்று ஆகியிருந்தது அவனுக்கு, சரமாரியாகப் போடும் வேதியியல் சமன்பாடுகளுக்காகவே பையன்கள் அவனை மொய்த்திருந்தனர்.

அத்தகைய காலகட்டங்களில் பக்கத்தூரிலிருக்கும் அவன் படித்த பள்ளிப் படிப்பு முடிந்து சாயங்காலத்தில் பையன்களோடு கலந்தாய்வு முடிந்து, டியூஷன் முடிந்து இரவுக்குத்தான் வீடு திரும்புவான். அதனாலேயே மிகச் சிறுவனாக இருந்த காலங்களுக்கு அப்புறம் இப்போதுதான் அந்த மலைவாசியினர் வீட்டுக்குச் செல்கிறான். அவன் நினைவிலிருந்த அந்த வீட்டினரின் சித்திரம் மெல்ல ஞாபகத்திற்கு வந்தது. அந்தக் குடிசையைச் சுற்றிலும் நிறைய மலை ஓணான் செடிகளும் காட்டுப் பூவரசமும் கொன்றையும் மலிந்திருந்த ஒரு காட்சி அவன் கண்முன் நின்றது. இந்த ஞாபகம் இப்போது வந்ததுதான். இதையெல்லாம் யார் ஞாபகத்தில் வைத்திருப்பார்கள். அகில உலகப் பிரசித்தி பெற்ற ஸ்தலமா? வரலாற்று நினைவுச் சின்னமா?

ஒற்றைவாடைத் தெரு, கோட்டைமேடு, ராஜாங்குளத்தான் தெரு, என்று ஊரோர தெருக்களைக் கடந்து ஈச்சம் ஓடைக்கு வந்தான். ஓடையைக் கடக்க சவுக்குக் கழிகளால் ஆன பாலம் ஒன்றின் மீது நடக்க வேண்டி வந்தது. அவன் மனப்பான்மையை சிதறடிப்பது போல இயற்கையெழில் அங்கெங்கிலும் குப்பென்று வியாபித்திருந்தது. வரலாற்று நினைவுச்சின்னங்களைவிட உயர்ந்ததோ என்று தோன்றுமளவுக்கு ரம்மியமாயிருந்தது. சவுக்குப் பாலத்தின் கீழே ஓடிய சில்லென்ற தண்ணீரின் வேக அழகைத் தன்னை மறந்து ரசித்தான். கரையோர மரங்களின் தாவர வாசனை காற்றோடு கலந்து அவனைத் தழுவி நாசியை கிறங்கடித்தது.

ஒரு நிமிஷம் எல்லாவற்றையும் வைத்துவிட்டு சில்லென்று போன களங்களில்லாத அந்த இயற்கையின் மனசை உள்ளங்கையில் அள்ளிப் பருகினான். மரக்கிளை இலைகளின் சளசள சத்தத்தைவிட பாறையில் மோதிச் செல்லும் இந்தத் தண்ணீரின் சலசல சத்தம் இதமாயிருந்தது. இவ்வளவு காலம் அக்கம்பக்கம் – ஊர்களில்தான் வாசமும், படிப்பும் போக்குவரத்தும் இருந்திருக்கிறது. ஆனால் இவ்வளவு காலம்

இந்த பகுதிகளுக்கெல்லாம் வந்து ஏன் இந்த ஏகாந்த வெளியை லயிக்கத் தவறிவிட்டோம் என்றெல்லாம் ஆதங்மடைந்து எழுந்து – எல்லாவற்றையும் எடுத்துக்கொண்டு நடந்தான்.

பிரம்பு சேர்த்து பின்னப்பட்ட ஐந்து மூங்கில் கூடைகளையும் ஒன்றில் ஒன்றை ஒன்றில் ஒன்றை அழுத்தி ஒரே கூடையைப் போல கொடுத்திருந்தாள் அம்மா. அவனுக்கு அசௌகரியமாக இருந்தது. நெல் இருக்கும் பையை இடது கையிலும் கூடைகளை வலது கையிலுமாய் மாற்றிக்கொண்டான். இந்தக் கூடைகள் அம்மாவுக்கானவை. வணைந்த மண் சட்டி, மண் பானை, மண் குடம் போன்ற எல்லாவற்றையும் சூளை போட கட்டைகளும் காய்ந்த சுள்ளிகளும் பயன்படுவதுபோல அதிகமாக மாட்டுச்சாண எருமுட்டைகளும் பயன்படுபவையே. அதாவது அவை எரிவதற்கு முழு ஆதாரமென்றால் இவையோ எரியும் தணலைத் தூண்டிவிடும் காரணியாக இருக்கின்றன.

எருமுட்டைகள் நிறைய நிறைய அடுக்கி ஒரு பூங்கரகம் போலத் தலையில் கோபுரமான எருமுட்டைகள் அடங்கிய கூடையை அம்மா சுமந்து வருவாள். கூடைகள் அதிகமாக அதற்கே பயன்படுகின்றன. எருமுட்டைகளைப் பல இடங்களில் ஏரிப் பாறைகள், ஓடைப் பாறைகள், கோவில் மதில் சுவர் என்று அவளே சாணம் தட்டி செய்து வைத்து காய்ந்த பிறகு பெயர்த்து எடுத்து வருவாள். அந்த மாதிரி வேலைகளுக்கு அவன் அம்மாவோடு சின்ன வயதில் போயிருக்கிறான். அம்மா பெரிய கூடையெடுத்து மாட்டுச் சாணம் சேகரிப்பாள் என்றால் இவனுக்குச் சின்ன கூடை. அதெல்லாம் எப்படி மறந்து போகும். இவனோ சின்ன வயதிலேயே அந்த வேலையை நிறுத்திவிட்டான். அம்மாவோ இன்னமும் தொடர்ந்து வேகாத வெயிலில் மாடுகள் மேயும் ஏரியில் பச்சைப் புல்வெளி இறக்கத்தில் மற்ற இடங்களில் எல்லாம் கூட தேடிச் சென்று மேலும் மாட்டுச் சானம் பொறுக்கிக் கொண்டிருக்கிறாள். அப்படி எல்லாம் அவள் எருமுட்டைகளை வீட்டுக்குச் சுமந்து வரும்போது தலைவிரிக் கோலமாக இருக்கும். வேர்த்து விறுவிறுத்து பார்க்கவே கஷ்டமாக இருக்கும்.

காட்டுவா மரங்களையும் பாறைகளையும் ஆங்காங்கே நிறைந்த குடிசைகளையும் அவிஞ்சி வெப்பாலை, காட்டா மணக்குச் செடிகளை இடறியபடி நடந்தவாறே சென்ற போதும்கூட அம்மாவின் தலைவிரிக்கோல வெயில் மதியங்கள் மிகப் பெரிய பிம்பங்களாக உருவெடுத்து நின்றன.

கிட்டத்தட்ட மலைவாசியினர் குடிசையை நெருங்கி விட்டதாகத் தோன்றியது. அந்தக் குடிசையின் சூழல் வித்தியாசமாக இருந்தது. ஒரு பெரிய மூங்கில் புதரை ஓரங்கட்டியிருந்தது போலிருந்தது.

அந்த வீட்டெதிரே காட்டுப் பூவரசமும் கொன்றையும் தவிர அழகிய பெரிய புங்கைமரமொன்றும் அடர்ந்திருந்தது. சின்ன வயதில் பார்த்த ஓலை வேய்ந்த குடிசைக்கும் இப்போது பார்க்கும் வயல் வேய்ந்த வீட்டுக்கும் வித்தியாசமாகத்தான் இருந்தது. வயல் வேய்ந்த முற்றத்திற்குப் பின்புறம் மொட்டைமாடி அமைக்கப்பட்டிருந்த கான்கிரீட் சதுரம் எழுப்பப்பட்டிருப்பது தெரியவந்தது. வீட்டைச் சுற்றிலும் மதில் போல மலை ஓணான் செடிகள் சூழ்ந்திருக்க அடர்ந்த அந்த செடிகளின் வாயிலில் மூங்கில் கழி ஒன்றில் இரும்பு தகரம் ஒன்று பொருத்தப்பட்டு சின்னதாய் 'இங்கே கூடை முடையப்படும்' என்று கோனைமானையாய் எழுதியிருந்தது. இது அதே வீடுதான்.

அநேகமாக கிழவனும் கிழவியும் இருக்க வாய்ப்பில்லை. சின்ன வயசில் பார்க்கும்போதே ரொம்பவும் கிடுகிடு கிழம்கள். சிற்றரசு அந்த வீட்டின் பசுமைப் பொலிவைக் கண்டு வியந்தவாறே "ஏங்க" என்று குரல் கொடுத்தான். குழந்தைகள் சத்தம் போலிருந்தது. அதனாலதான் இவன் அழைப்பு எடுபடவில்லை. புங்கை மரத்துத் தாம்புக் கயிற்றிலான ஊஞ்சலில் ஆடிக்கொண்டிருந்த குழந்தைகளைப் பார்த்து, "ஏங்க வீட்ல யாரும் இல்லைங்களா?" என்று குரலிட்டான். காட்டுப் பூவரச மரத்தின் வேரில் கட்டப்பட்ட பசுவும் கன்றும் புல் சாப்பிட எடுத்துப் போட்டுக்கொண்டிருந்த ஒரு குழந்தை கையை இடுப்பில் வைத்தவாறு கம்பீரமாக "உங்களுக்கு என்ன வேணும் யாரை பாக்கணும்" என்று கேட்டதும் எத்தனையோ கொள்ளைப் பிரியம் மனசில் எழுந்தது. எவ்வளவு துல்லியமான உச்சரிப்பு. இவன் எதுவும் சொல்லாமல் கையிலிருந்த கூடைகளை எடுத்துக்காட்டினான். இன்னொரு குழந்தையோ வாசலுக்கு ஓடி "சாமுண்டிச் சித்தி, சாமுண்டிச் சித்தி" என்று கத்தியது. வேறொரு குழந்தையும் அங்கே நடந்து வந்து, "கூடை முடைய ஆள் வந்திருக்காங்க. வீட்ல யாரும் இல்லைனு சொல்லி திருப்பி அனுப்பிடலாமா?" என்று கத்தியது.

"வெளிவாசல் கட்டைத் திண்ணைல உட்கார வை தோ வந்திர்றேன். அனுப்பிடாதீங்க. எனக்குக் கூடை முடையத்தெரியும்" என்று ஒரு இளம்பெண்ணின் குரல் உள்ளேயிருந்து வந்தது.

குழந்தைகள் அவனைக் கூப்பிட்டு உட்கார வைத்து இல்லாத கேள்வி யெல்லாம் கேட்டுக்கொண்டிருந்தன. இவன் தகுந்த ஆனால் சற்றே நகைச்சுவைத் ததும்பும் பதில்களை அளித்துக் கொண்டிருந்தான்.

சற்றுமுன் பேசிய குரலுக்குச் சொந்தக்காரியான அந்த இளம்பெண் அங்கே திடும்மென்று பிரவேசித்தாள். ஒரு

குழந்தையை அனுப்பி தண்ணீர் மொண்டுவர பணித்தாள். இன்னொரு குழந்தையையும் ஏதோ சொல்லி விளையாடிக் கொண்டிருந்தனர். ஒரு குழந்தை எடுத்து வந்த தண்ணீர் செம்பை இவனிடம் கொடுக்கச் சொல்லியவாறே, “இங்கல்லாம் தண்ணி குடிப்பீங்களா?” என்று இவனைப் பார்த்துக் கேட்டாள். அவன் எதுவும் சொல்லாமல் தண்ணீரை வாங்கி மடக் மடக் என்று நாட்டினான்.

அவள் முகத்தில் இயல்பாய் இருந்த பொலிவில் கூடுதலாய் கொஞ்சம் பிரகாசம் கிடைத்தது. அதில் வெட்கமும் சற்று சேர சட்டென்று அவள் உள்ளே சென்று எட்டிப் பார்த்தாள். ஒரு டேக்ஸாவில் தண்ணீரையும் கொஞ்சம் காய்ந்த காட்டு ஒணான் கொடிகள் போன்ற காய்ந்த பிரம்பக் கொடிகளையும் கொண்டு வந்து வைத்த குழந்தையையே இன்னொரு வேலையையும் பணித்தாள். “அந்தக் கூடைகளையும் வாங்கிட்டு வா.”

வாசலுக்கு நேராக உள்ளேயே அமர்ந்து ஒவ்வொரு கூடையாக எடுத்துப் பின்ன ஆரம்பித்தாள். அவள் அமர்ந்திருந்த இடத்திற்குச் சற்றுத்தள்ளி நிறைய தமிழ்ப் புத்தகங்களும் தடிமனான ஆங்கில புத்தகங்களும் இருந்தன. அவளைப் பார்த்து ஒரே ஒரு புன்னகை புரிந்துவிட்டு அவன் திரும்பி அமர்ந்துகொண்டு தோட்டத்தை வெறித்தான். மீண்டும் இரண்டு குழந்தைகள் மட்டும் சென்று புங்கை மரத்திலிருந்த தாம்புக் கயிறு ஊஞ்சலில் – அமர்ந்து விளையாடத் தொடங்கியதை ரசிக்கத் துவங்கி எதிரே பசுவுங்கன்றும் கட்டப்பட்டிருந்ததில் பசு கன்றை நாக்கால் தடவிக் கொடுப்பதைப் பார்த்துவிட்டுக் கொன்றை மலர்கள் விழுந்துகொண்டிருந்த அழகை ரொம்ப நேரம் போல ரசிப்பவனாய் இருந்தான்.

‘முடிஞ்சிடுச்சிங்க’ என்ற குரல் கேட்டு, “அதுக்குள்ளயா” என்று சொல்லியவாறே திரும்பினான்.

அவள் பின்னியிருந்த கூடைகளை வாங்கி முன்னும் பின்னும் பார்த்தான். நெல்பையைக் கொடுத்தான். வாங்கி ஒரு குழந்தையிடம் கொடுத்து, “உள்ளே மொறம் இருக்கும். அதுல கொட்டிட்டு பையை எடுத்துட்டுவா.”

கூடை நன்றாகப் பின்னப்பட்டிருப்பதைக் கூறி, பணத்தைக் கொடுத்து புதிய கூடை ஒன்று வேண்டியிருந்ததையும் சொன்னான். பணத்தை வாங்கிக்கொண்டு பின்தோட்டத்து வராந்தாவில் கவிழ்த்து வைக்கப்பட்டிருக்கும் புதிய கூடைகள் சிலவற்றை எடுத்து வரச்சொல்லி அனுப்பினாள். எடுத்து வரப்பட்ட கூடைகளில் நல்லதாய் ஒன்றை எடுத்துக்கொண்டு,

"ஆனா உங்களைப் பாத்தா ஏதோ பெரிய படிப்பெல்லாம் படிக்கற மாதிரி தெரியுதே" என்று கேட்டான்.

"பெரிய படிப்பெல்லாம் இல்லைங்க சாதாரண படிப்புதான்" என்றவளின் பதிலை நம்பாதவன்போல் மறுபடியும் அவனே பேசினான், "நீங்க என்ன படிப்பு படிச்சிருக்கீங்கன்னு எனக்குத் தெரியலை. ஆனா நான் ஒரு வேலைக்குத் தேர்ச்சியடைஞ்சிருக்கேன். அடுத்த வாரம் அரசாங்கம் நடத்தப் போற கலந்தாய்வுல பங்கெடுத்துக்கிட்டு எனக்கு எந்த ஊருக்கு வேலைல சேரவிருப்பமோ அந்த ஊரைக்கேட்டுப் போக இருக்கேன். ஆனா இன்னும் கூட எங்க அப்பா அம்மா என்னை சின்னப் பையனாகவே நடத்தறாங்க. அதோட இல்ல எனக்கு இந்தக் குலத்தொழில் செய்யறதுல கொஞ்சம் கூட உடன்பாடே இல்லைங்க. இந்தக் கூடையெல்லாம் எதுக்குத் தெரியுங்களா? எங்கப்பா சட்டிப் பானைங்களுக்கு வைக்கற சூளையைப் பத்த வைக்க, எங்கம்மா எங்கெங்கேயோ காயவைச்சு சாணி எருமுட்டை இந்தக் கூடையில அடுக்கி எடுத்து வரத்தான். எப்படி இருக்கு பாருங்க. நம்ம தலைமுறையிலயாவது எல்லாம் மாறணும்னு நெனைச்சா அவங்களோ அப்படியே இருக்கனும்னு நெனைக்கறாங்க. என்னுடைய யூகத்துக்கு இந்த வீட்ல இருக்கறவங்கள்ல யாரோ கூட பெரிய வேலைலயோ நல்ல அந்தஸ்துலேயோ இருக்கணும். நான் கேக்கறேன். இந்த வீட்டு முன்னாடி இங்கே கூடை முடையப்படும்னு எதுக்கு விளம்பரம் எழுதியிருக்கீங்க. குலத்தொழில் செய்யறதுல அப்படியென்ன உங்களுக்கும் அவ்வளவு சந்தோஷம். உங்களுக்கு உடன்பாடில்லாத பட்சத்துல உங்க வீட்டுப் பெரியவங்ககிட்ட இது பத்தி கோவிச்சிக்கவோ பேசவோ செஞ்சிருக்கீங்களா இதுவர? இன்னும் கூட ஏன் இப்படி இருக்கறீங்க எல்லாம்?"

இப்படி மூச்சுவிடாமல் அவன் பேசியதைக் கேட்டு எல்லா குழந்தைகளும் அங்கே கூடிவிட்டனர். இவன் என்ன இப்படி ஒன்றுகிடக்க ஒன்னு கேட்கிறானே என்று விழிப்பவள் போல அவளும் பார்த்தாள்.

பிறகு வேறுவழியின்றி பேசலாம் என்று அவள் வாயெடுக்கும் போது ஒரு குழந்தை குறுக்கே புகுந்தது. "தோ பாருங்க, எங்க சாமுண்டி சித்தி பதில் சொல்லமாட்டாங்கன்னு ஏதாவது கேக்காதீங்க. அப்புறம் அவங்க காலேஜ் கிளாசுல பாடம் நடத்தற மாதிரி இங்கேயும் நடத்த ஆரம்பிச்சிருவாங்க... நீங்க தாங்க மாட்டீங்க..."

"என்னது நீங்க காலேஜுல வேலை செய்யறீங்களா... எந்த காலேஜ்."

"திண்டிவனம் கோவிந்தசாமி கலைக்கல்லூரியில தத்துவயியல் லெக்சரரா இருக்கேன். நான், பாண்டிச்சேரி யுனிவர்சிடியில வேலை செய்யற எங்க பெரியக்காவோட தங்கியிருக்கேன். இவங்கள்லாம் எங்க சின்னஅக்கா, பெரிய அண்ணார் குழந்தைங்க. ஏதாவது தப்பா பேசிட்டாங்கன்னு நீங்க நெனைச்சா தயவு செஞ்சி மனசுல வச்சிக்காதீங்க. இந்த வீட்ல இப்போ எங்களோட பெரியம்மாவும் பெரியப்பாவும்தான் இருக்காங்க. இப்போ எங்கேயோ வெளியே கிளம்பியிருக்காங்க. பெரியப்பாவோட பையன் ரெட்டணையில போஸ்ட்மாஸ்டரா இருக்கான். இங்கே வீட்ல இருக்கறவங்களோட கைச்செலவுக்கு ஆகுமென்றுதான் இந்தப் பலகையை எழுதி வச்சிருக்கோம்.

"நீங்க சொன்ன விஷயத்துக்கு எனக்குத் தெரிஞ்சத சொல்ல விரும்பறேன். உங்க வீட்ல இருக்கற பெரியவங்க கூட. அவங்க தன் வாழ்நாள் வரைக்குமே மாறமாட்டாங்க. அவங்கன்னு இல்ல ஒரு தொழில்ல கண்ணும் கருத்துமா நாலு காசு பாக்கணும்னு உழைக்கறவங்க யாருமே தங்களளவுல வேற ஒரு மாற்றம் வரைக்கும் மாற மாட்டாங்க. ஆனா அடுத்த தலைமுறையான நமக்கு நிறைய சிந்தனை, எதிர் கொள்ற ஆற்றல், எல்லாம் இருக்கு. நாம கண்டிப்பா நீங்க சொல்ற அந்த குலத்தொழில்களைத் தொடரத் தேவையில்லை. இதெல்லாம் மோசமில்லை என்னைக் கேட்டா சிலர் இன்னைக்கும் மேளம் அடிக்கறதை, பொணம் கொளுத்தறதை, சாக்கடைய அள்றதை மாத்திக்காம இருக்காங்க அப்படிங்கறதைவிட மாத்திக்க முடியாதவங்களா இருக்காங்க அப்படின்னுதான் சொல்லணும். எல்லாத் தொழிலையும் எல்லாரும் பாக்கலாங்கற நிலை இப்போ மேற்பட்டிருந்தாலும் இந்தத் தொழிலுக்கு மட்டும் ஏன் யாரும் வரமாட்டங்கறாங்க. அப்போ இது இழிவான தொழில்தானே. முன்ன எப்பவும் விட இப்பதான் ஜாதி வெறி தலைவிரிச்சாடுதுங்கறதை நாம உணரணும். இத நோக்கி உங்க கேள்விகளை எழுப்புங்க. வீட்ல இருக்கறவங்ககிட்ட ஏன் கோவிச்சிக்கணும். உங்க கோவம் நியாயமானது. அந்தக் கோவத்தை அப்பா அம்மாகிட்டதான் காட்டப் போறீங்களா? கொஞ்சம் இருங்க இதோ வர்றேன். இந்தாங்க இந்தப் புத்தகங்களைப் படிங்க. கோபத்தை யார் மேலே காட்டணும் எப்படி காட்டணும், நாம எவ்வளவு வலிமையோட மரபு அடிப்படைகளை உடைச்செறியணும்னு இந்தப் புத்தகங்கள்ல போட்டிருக்கு. படிச்சிட்டு எனக்கு எழுதுங்க. உங்க கோபம் எனக்குப் பிடிச்சிருக்கு. நீங்களும் எழுதுங்க. எழுதறது செயலுக்கு அடிப்படைங்கறதை மறக்காதீங்க."

அவனுக்கு என்னவோ தோன்ற சட்டென்று அவளைக் கையெடுத்துக் கும்பிட்டான். அவளும் வணங்கினாள்.

அவளிடம் விடைபெற்று நடந்தான். கொன்றை மலர்கள் விழுந்துகொண்டிருந்தன. குழந்தைகள் விளையாடப் போய்விட்டிருந்தார்கள். தாம்புக்கயிறு ஊஞ்சல் புங்கை மரக்கிளையில் தனியே அசைந்து ஆடிக்கொண்டிருந்தது.

தாமரை, ஜூன் 2004

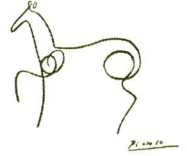

எஃகு வடம்

கூட்டம் அதிகமாகிக்கொண்டேயிருந்தது. தற்காலிகக் கடைத்தெரு தாங்குமா என்று தெரியவில்லை. பெரிய பெரிய பொரிக் குவியல்களுக்கு அருகிலிருக்கும் சிறு ஸ்டூலில் அமர்ந்திருந்தான் அவன். பொரி மூட்டைகளை இடித்த வண்ணமும் அதனோடு சாய்ந்த வண்ணமும் கூட்டம் நகர்ந்துகொண்டிருந்தது. "தள்ளிப் போங்கண்ணே, தள்ளிப் போம்மா தங்கச்சி" என்று கடைக்காரர் மூட்டைகளுக்குப் பின்னால் நின்று கொண்டு சன்னமாய் குரல் கொடுத்துக்கொண்டிருந்தார். "சூடானப் பொரி சூடானப் பொரி அய்யா வாங்க, அம்மா வாங்க" என்று எதிர் கடைக்காரர் கத்திக் கத்தி அழைத்துக் கொண்டிருந்தார். அவனுக்குஎழுந்துபோய்விடலாம் என்றிருந்தது. இன்னும் எவ்வளவு நேரமாக இங்கேயே அமர்ந்துகொண்டிருக்க வேண்டுமோ தெரியவில்லை. குறைந்த பாடில்லை, அதிகமாகிக் கொண்டேயிருந்தது கூட்டம். பொரி வறுக்கின்ற இடத்திற்கு அருகில் அமர்ந்து விட்டிருந்ததால் புகை கிளம்பிக் கிளம்பி வாதை செய்தது.

எழுந்தான், கடைக்காரரிடம் மட்டும் சொல்லி விட்டு வெளியே வந்தான். நகர்ந்துகொண்டிருக்கும் கூட்டத்திற்குள் வந்துவிட்டபோது ஆங்காங்கு சிற்சில இடைவெளிகள் விழுவது தெரிந்தது. பதமாக இடிபடாமல் நடந்தான். அந்தக் கடைத் தெருவின் மூலைக்கு வருகையில் சுதந்திரம் கிடைத்தது போலிருந்தது. அங்கிருந்து நிறைய

கடைத்தெருக்கள் பிரிந்தன. இப்படி மயான பூங்காவனமெங்கும் நிறைய கடைத்தெருக்கள் தற்காலிகமாக அமைக்கப்பட்டிருந்தன. கடைகளுக்குப் பின்னாலும் கடைத் தெருக்களைச் சுற்றிலும் திருவிழாவைத் தொந்தரவு செய்யாமலும் திருவிழாவை விட்டு விலகிப் போய்விடாமலும் சற்றே உயர்ந்து அடர்ந்து கவிந்திருந்தன ஏராளமான புளியமரங்கள், வரிசையாயிருந்த ஏழெட்டு கொட்டகை ஓட்டல்கள் விழாப் பந்தல் போல வண்ணத்துணிகளால் அலங்கரிக்கப்பட்டிருந்தன. அவைகள் அனைத்திலும் கூட்டம் வழிந்தது. ஒரு இடத்தில் நண்பர்கள் நின்று தன்னைப் பார்த்துக்கொண்டிருப்பது தெரிந்தது.

கையசைத்தார்கள். சரியாக, மாட்டிக்கொண்டோம் என்று தோன்றியது அருகில் சென்றதும் எல்லோரும் கிண்டலாய்ச் சிரித்தார்கள்.

“என்னா தேர் பாக்க வந்தீங்களோ?”

“ஆமா நீங்கள்லாம் இங்கேயே நின்னுட்டீங்க...”

“நாங்க நிக்கறது இருக்கட்டும். அக்கம் பக்கத்து கிராமத்து மின்னல்களை இடிக்க அழகா ட்ர்ஸ் பண்ணி கிளம்பி வந்துட்டீங்க போலருக்கு.”

“ஐய்யோ, அதெல்லாம் இல்ல.”

“அட நீ வேற, இவன் இடிக்க வரலை. இடிபட வந்திருக்கான். என்ன சேதுராமா அதுலயும் ஒரு சுகம் இருக்கு இல்ல...”

“நான் தேர் பாக்க வந்திருக்கேன்.”

“நாங்க மட்டும் என்ன, தில்லாலங்கடி ஆடவா வந்திருக்கோம். சரி அது போவட்டும். அந்த வட செவலாம்பாடி அயிட்டத்தை எந்தப் பாறைக்குப் பின்னால வரச்சொல்லியிருக்கீங்க? கோட்ட மேடா, கொளத்தங்கரையா?”

எல்லோரும் ஹோவென்று சிரித்தார்கள். அருகிலிருந்தவர்கள் தூரத்திலிருந்தவர்கள்கூட திடீரென்று இவர்களுக்காய்த் திரும்பினர். கால் தடுக்கி கட்டாந்தரையில் விழுந்ததாகச் சட்டென உணர்ந்தான் அவன். சரியான கிண்டல், ஏளனம், தான் தோற்று விட்டதாக அவர்கள் நினைக்கக் கூடாது என்பதற்காக இவனும் சிரித்தான். ஒருவன் கையைப் பிடித்தான். “குறைந்த பட்சம் ஒரு லவ்வு?” என்றான். மற்றவர்கள் சிரித்து விடுவதற்கு முன் குபீரென்று இவன் சிரித்துவிட்டான். அவர்கள் சிரித்து விடுவதற்கு வாய்ப்பில்லாமல் போய்விட்டது. ஓரளவுக்கு வெற்றி பெற்று விட்டாயிற்று. அவர்களிடமிருந்து மெல்ல விடுவித்துக்கொண்டு நடந்தான்.

கோவிலின் வடக்கு வாயிலுக்கு நேராகச் செல்லும் சாலையில் அவ்வளவாகக் கூட்டநெரிசல் இல்லை. இதுதான் சற்றே குறுகிய அகலமுள்ள கடை வீதியாக இருக்குமென்று தெரிந்தது. வடக்கு வாயில் எங்கிருக்கிறதென்று தெரியாத அளவுக்குக் கடைவீதி தூரமாய்ப் போய்க்கொண்டிருந்தது. நீளநீளமான கடைகள் நிறைய இருந்தன. இடிபடாமல் செல்லும் அளவுக்கு அங்கு மக்கள் போவதும் வருவதுமாக இருந்தார்கள். அந்த வீதி முழுக்க நிழல் படர்ந்து குளுமையானதாகவும் ஏதோ ஒரு மங்களகரமான வாசனை சுகமாக வீசிக்கொண்டும் இருந்தது. அவனுக்கு அந்த வீதி பிடித்திருந்தது. பெண்களும் பெருந்தன்மையாக முகத்தை வைத்துக்கொண்டு செல்லும் பெரியவர்களும் அங்கு அதிகமாக நடமாடிக்கொண்டிருந்தனர். அவன் தன் முகத்திற்குக்கூட நிறைய கவனம் செலுத்தியிருந்தான். திருவிழா ஓட்டலில் நண்பர்களுடனான சற்று முந்தைய பிரச்சினையால் முகம் வாடிவிட்டிருக்குமோ அல்லது ஒரு கோபக்காரனைப்போல் மாறியிருக்குமோ என்றெல்லாம் பயம் வந்தது. ஓட்டலிலிருந்து இவ்வளவு தூரம் நடந்த வரையில் முகம் கோபமாகத்தான் இருந்திருக்கக் கூடும் என்று பட்டது.

வண்ண வண்ண பனியன் பேண்ட்களில் அவர்கள் தோன்றுகிறார்கள். எந்நேரமும் சிரித்துச் சிரித்து சிறுசிறு கலாட்டாக்கள், செலவு செய்ய யாராவது மாட்டினால் அவன் தலையில் கொஞ்சம் போல மிளகாய் அரைத்து திருவிழாவை ஒரு கலக்கு கலக்கிவிடுகிறார்கள். அவர்களுடன் சென்றால் நன்றாக பொழுதுபோகும். முக்கியமாக, திருவிழாவைச் சலிக்க அனுபவிக்கலாம். அப்படி நினைத்து அந்தக் குழுவில் இடம்பெற்றுவிட்டிருந்தால் தான் – ஆத்மார்த்தமாகச் சிந்தித்து ஓரளவுக்கு மனசாட்சிக்குத் தெம்பளிக்கக் கூடியதாக இருக்கும் மென்மையான அணுகுமுறைகள் இல்லாமல் போய்விட்டிருக்கக் கூடும் என்று கருதினான்.

தூரத்தில் தண்டபாணியின் அப்பா வருவது தெரிந்தது. அவர் எப்போதும் பிரச்சினையுள்ள முகத்தைத் தான் வைத்திருந்தார். அவர் அதைத்தான் விரும்புகிறாரோ என்னவோ. "தண்டபாணியப் பாத்தியா?" என்று அருகில் வந்ததும் கேட்டார்.

"நன் கொல்லமேட்லருந்து வரும்போது காலைல பாத்தேன். எங்களோட சோயா பீன்ஸ் தோட்டத்துப் பக்கத்துல தற்காலிகமா அரசுப் பேருந்து நிலையம் ரெண்டு ஏக்கர்ல போட்டிருக்காங்களே தெரியுங்களா?"

"ஆமா…"

“அங்கே அவனோட நண்பரு யாரோ டைம் கீப்பரா வந்திருக்காராம். பாத்துட்டு வரன்னு போனான்.”

“அப்படியா... சரி வரன்...”

வேகமாக நடந்தார். நின்று அவர் போவதையே பார்த்தான். இப்போதெல்லாம் யாருமே தன்னுடன் நின்று சிறிது நேரங்கூட பேச விரும்புவதில்லை. தண்டபாணியுடன் இவன் படித்த காலத்தில் அவர் மணிக்கணக்கில் கூப்பிட்டுப் பேசியிருக்கிறார். எல்லாம் மாறிவிட்டது இப்போது.

“என்ன தம்பி நின்னுட்டீங்க...”

வெண்கலப் பாத்திரக் கடையிலிருந்து குரல் வந்தது. உள்ளே உற்றுப் பார்த்தான். “ஹலோ நீங்களா...” என்று கேட்டு அடுக்கப்பட்டிருந்த பொன்வண்ண அண்டாக்களின் ஓரம் நின்று சிரித்தான்.

“வியாபாரம் நல்லா ஆகுதுங்களா?”

“ஆகுது தம்பி. காப்பி சாப்பிடறீங்களா?”

“பரவாயில்லிங்க...”

“கும்பல் கூட்டமெல்லாம் உங்களுக்குப் பிடிக்காதில்ல...”

“பிடிக்காதுதான். ஏதோ தோணிச்சி. சட்டுன்னு கிளம்பிட்டன்.”

“வெறும் புஸ்தகங்கள்லியே கெடப்பீங்க. போரடிச்சிட்டிருக்கும். ஹா ஹா ஹா...” – ஆட்டங்காட்டித் தப்பியோடிய குறுமுயலை லாவகமாய் எட்டிப் பிடித்துவிட்டது போல பெரியதாகச் சிரித்தார். வெறும் புஸ்தகங்கள் இல்லீங்க என்று சொல்ல வேண்டும் போலிருந்தது அவனுக்கு. சரி, தன் விஷயத்தில் குறுமுயல் பிடித்த சந்தோஷமாவது அவருக்கு எஞ்சட்டும். லேசாக சிரித்து வைத்தான்.

“தம்பி நா சொல்றேன்னு கோவிச்சுக்கக் கூடாது.”

“சொல்லுங்க.”

“பையன் ரொம்ப நல்லதுன்னாக்கூட பாதி காணிய தாண்டிட்டாரான்னு கேக்கற காலம் இது. இன்னமும் காகாணியிலேயே கால் பிடிச்சிட்டு நின்னுட்டிருந்தா எப்ப மெனை ஏர்றது?”

என்ன பதில் சொல்லி வைப்பதென்று தெரியவில்லை. அவர் பேசியது தனக்கு சங்கடத்தை ஏற்படுத்திவிட்டது

என்றுணர்ந்தான். அதை அவர் கண்டுபிடித்துவிட்டதுபோல பேச்சை மாற்றிக்கொண்டார்.

"நேத்து சர்க்கஸ் கூடாரத்துல நேத்து ஒருத்தர் கையை ஒடிச்சிக்கிட்டாராமே... உங்களுக்குத் தெரியுமா..."

"தெரியாதுங்களே... சரி வரங்க..."

இப்போதெல்லாம் இப்படித்தான் நிறைய முறை சறுக்கல் ஏற்படுகிறது. இப்படிப்பட்ட பேச்சுக்களைத் தவிர்ப்பதற்காகவே முடிந்தவரை வீட்டோடு கிடப்பதுண்டு.

இரண்டு சிறுவர்கள் கையைக் கோத்துக்கொண்டு தலையை ஆட்டியபடி வந்துகொண்டிருந்தார்கள். அவர்கள் இந்தத் திருவிழா முழுக்க ஒரு வலம் வந்து விட்டிருக்கக்கூடும் உடையெல்லாம் வியர்வையில் நனையாமல் இருக்கிறது. முகத்தில் களைப்பு இன்னும் ஏற்படவில்லை. மிகவும் மகிழ்ச்சியாகக் காணப்பட்டார்கள். அந்த மகிழ்ச்சியில் சிறுபங்காவது தன்னிடம் இருக்குமா என்று தோன்றியது.

தன் முகம் சோகமாக மாறிவிட்டிருக்கக் கூடும் என்ற நினைப்பு திடீரென்று வந்தது. தானே சவரம் செய்து கொண்டு சலவை வேட்டி, சந்தன நிற சட்டை மற்ற படி பவுடர், சாந்தமான முகம் போன்றவற்றோடு ஒருமுறை கண்ணாடி முன் தோன்றிப் பார்த்துவிட்டுத்தான் வெளியே வந்தான். ஓரளவுக்கு அதில் சிறு மாற்றம் நிகழ்ந்தாலும் அதை விரும்பக்கூடாது என்பதை அவன் முன்பே நினைத்து வைத்திருந்தான். ஆனால் அப்படித்தான் நிகழ்த்திருக்கிறது இப்போது. ஒருமுறையல்ல. இருமுறை. சாந்தமானத் தோற்றத்தை முகத்தில் வருவித்துப் பார்த்தான். ஓரளவுக்கு வந்தது. கண்ணாடியிருந்தால் நின்று சரிசெய்து கொள்ளலாம். சரி பரவாயில்லை. சாந்தமான தோற்றம் ஓரளவுக்கு வந்ததுதான் என்றாலும் சோகம் உடன் இழையோடுவதை உணரமுடிந்தது. வெண்கலக் கடைக்காரர் நினைவுகள் இருக்கின்ற வரையில் சோகம் இருக்கத்தான் செய்யும் இருந்துவிட்டுப் போகட்டும். தற்போது சாந்தமான அதே நேரத்தில் சிறிதளவு சோகம் இழையோடிய தோற்றம் தன் முகத்தில் வந்துவிட்டதையெண்ணி உள்ளுக்குள் சிரித்துக்கொண்டான்.

பெண்கள், தங்கள் அழகிய குழந்தைகளோடு பிளாஸ்டிக் பொம்மைக் கடைகளில் பேரம் பேசுவதை சிரத்தையின்றி பார்த்தபடியே நடந்தான். ஒரு பெண், மஞ்சள் குங்குமக் கடைக்காரியிடம் எதையோ நாகக்காகச் சொல்லி விலையைக் குறைக்க முயற்சி செய்வது தெரிந்தது. ஆனால் அந்த இளம்

கடைக்காரி அதைக் கேட்பது போலவும் சாந்தமான சோக இழையோடிய இவனது முகத்தைப் பார்த்து ரசித்து அதே நேரத்தில் அனுதாபப்பட்டது போலவும் இவனுக்குப் பட்டது. அது போதுமானதாயிருந்தது.

கூட்டத்தை விலக்கி விலக்கி நடந்து கொண்டிருக்கையில் வெகு அருகிலேயே ஒரு பெண் அவனை ஓரிரு அடிகளிலிருந்தே பக்க வாட்டில் தொடர்ந்து தயங்கித் தயங்கி வருவது போலத் தெரிந்தது, சாதாரணமாய் அவளைப் பார்த்தான், அவள் அவனையே பார்த்துக்கொண்டிருந்தாள்.

எதற்காக அப்படி பார்க்கிறாள் ஏதாவது காரணமிருக்குமா என்று சிந்திப்பதற்குள்ளாகவே தான் அவளுக்காக புன்சிரிப்பு சிறிதாவது முகத்தில் தோற்றுவிக்க வேண்டும் என்று அவள் பார்வையால் இறைஞ்சுகிறாள் என்பதை அவன் நுணுக்கமாக அறிந்தான், அந்த முகத்தை எங்கேயோ பார்த்து பழகியது போலிருந்தது. சட்டென்று அழகாக அவன் சிரித்தான். அப்போதுதான் அவளும் நேர்த்தியாக அழகாக சிரித்து வைத்தாள். இவனுடன் ஒன்பதாம் வகுப்புவரை படித்த நிர்மளா ... இரண்டு கிலோ மீட்டர் தூரத்தில் இருக்கும் குக்கிராமம் ஒன்றிலிருந்து சைக்கிளில் பாவாடை சட்டையோடு வருவாளே அட அதே நிர்மளாதான் ! அவளா இவ்வளவு பேரழகியாகி விட்டாள். எப்படி. அவள் புன்னகைத்தது அவனுக்கு மிகவும் மகிழ்ச்சியாக இருந்தது. அவளின் முகம் பிரகாசத்துடன் ஒளிர்ந்துகொண்டிருந்தது. சிறிய பொட்டு, கரிய புருவம், படபடத்த இமைகளின் வேகம், கண்களில் ஆர்வம். “சேது..” என்று மென்மையாகவும் அவசரமாகவும் அழைத்தாள். அந்தக் குரலில் ஏதோ ஏக்கம் அழுந்திக் கிடக்கிறது என்பதை இவன் உணர்ந்தான்.

அவர்கள் இருவரும் அப்படிப் பார்த்துக்கொண்டிருந்தாலும் ஞாபகம் என்னவோ எட்டு ஆண்டுகளுக்குமுன் – மேல்நிலைப்பள்ளி குளத்தங்கரைக்கும் புளியமரத்தடியின் வெவ்வேறு பாட வகுப்புகளுக்கும் எதிர் எதிரே அமர்ந்து எந்நேரமும் குறும்புத்தனத்துடன் பாரு அடுத்த பரீட்சைல நான்தான் மொத ரேங்க் என்று பார்த்துக் கொண்டிருந்த, இருவருக்கும் தொடர்ந்து பி பிரிவுகளாகவே அமைந்த ஆண்டுகளில் கழிந்த பகல்களுக்கும் பள்ளி மைதானத்திற்கும் திடீரென்று எகிறித் திரும்ப மீள முடியாமல் தவித்து நின்றது. அவள் குறும்புத் தனத்துடன் ஆர்வமாய் இவனையே பார்த்துக் கொண்டிருந்தாள். இவனுக்கு நிறைய பேசவேண்டும் போலிருந்தது. ஏதாவது பேசவேண்டும். நிர்மளா பேசிவிட்டாள், “சேது ...!” ஆஹா. என்ன பேசுவது என்று தெரியவில்லை.

"எப்படி..." என்று ஆரம்பித்து (சௌக்கியமா என்று கேட்கலாமென நினைத்தான்) "என்ன என்ன" என்று தடுமாறி, பிறகு "படிக்கறீங்களா?" என்று முடித்தான்.

"படிக்கல...சும்மா வீட்லதான் இருக்கேன்..." – சாதாரணமாக வார்த்தைகள் வந்தாலும் அதில் ஒரு நெருக்கம் இருந்தது. ஒரு சோகம், ஒரு தாகம்.

திரும்ப வராத அந்த வசந்த நாட்கள்தான் அவளின் ஞாபகத்திற்கும் வந்துவிட்டிருக்கிறது என்பது அப்பட்டமாக தெரிகிறது. அதன் பொருட்டு இந்தப் பொழுதும்கூடத்தான் எவ்வளவு ரம்மியமாக மாறிவிட்டது.

அவள் இவனைப் பார்த்தவண்ணமேயிருந்தாள். வைத்த கண் வாங்க முடியாமல் பார்த்துக்கொண்டிருந்தவளுக்கு என்ன நேர்ந்ததோ தெரியவில்லை. ஒளிர்ந்த அந்த முகத்தில் நாணம் நிரம்பியது. ஓரிரு விநாடிகள் தலைகுனிந்து பொருள் பொதிந்த புன்னகையோடு சேதுவைப் பார்த்து, வரட்டுமா என்பது போல தலையசைத்தாள். இவனுக்குப் பரவசமாயிருந்தது. பக்கத்திலுள்ள தெப்பக்குளத்துப் படிகளில் அமர்ந்து இளம்பிராயத்து நினைவுகளை அலுப்பில்லாமல் பேசித் தீர்க்கலாம் போன்ற ஆசைகள் எல்லாம் வந்தன. ஆனால் அதற்குள் அவள் நகர்ந்து நகர்ந்து திடீரென்று காணாமல் போனாள். தொடர்ந்து சென்று அவளுடன் பேசிக்கொண்டே இருக்கலாம் என்று நினைத்தான்.

அப்படி அவளுடன் செல்வது உகந்த செயலாக இருக்காது. அவளே விடுவித்துக்கொண்டு செல்வதுபோல இருந்தது அது.

அப்படித்தான் இருக்கமுடியும். அவளுடைய அம்மாவோ அப்பாவோ அல்லது சகோதரியோ முன்னால் சென்று கொண்டிருக்கலாம். அதற்காகவென்றே அவள் விரைவாக சென்றாக வேண்டும் என்ற நிர்பந்தமாக இருக்கலாம். தெரியவில்லை. அதெல்லாம் தெரியவேண்டிய அவசியமில்லையென்று கருதினான். அவள் ஏன் அப்படி போனாள். ஏன் போனாள்? ஏன் போனாள்?

மேலும் இவன் அமைதியாகவே நடந்துகொண்டிருந்தான். கூட்டம் அதிகமாகிக்கொண்டே இருந்தது. போகப் போக பூக்கடைகளும், தேங்காய், பழக் கடைகளும் நிறைய இருந்தன. பூமாலைகள் குளிர்ச்சியாய் தொங்கிக்கொண்டிருந்ததால் அங்கெங்கிலும் ஒரு இதமான நறுமணமிகுந்த வாசனை வந்து கொண்டிருந்தது. பம்பை உடுக்கைகளின் சத்தத்தோடு ஒரு கூட்டம் தெப்பக்குளத்து பக்கமாகவிருந்து ஆலயத் தெற்கு வாயிலுக்குப் போகும் கூட்டத்தோடு இணைந்துகொண்டிருந்தது.

காவு ✼ 113

இவனுக்கு அந்த நிகழ்வை இப்போது ஒருமுறை நினைத்துப் பார்க்க வேண்டும்.

ஒருகணம் கண்மூடினான். நிர்மளா அவனையே நோக்கி சேது சேது சேது சேது சேது சேது சேது சேது என்று உரிமையுடன் பெயரைச் சுருக்கி அட்டகாசமாக அழைக்கிறாள். அந்த விநாடிகளில் அப்படியே வானத்தில் மிதப்பது போல அவன் உணர்ந்தான்.

“ஏம்பா தள்ளிப் போய்டேருப்பா… என்ன இது இவ்வளவு கூட்டத்துல நீ பாட்டுக்கு நின்னுட்டிருக்க? பிரார்த்தனை செய்யறதா இருந்தா உள்ள போய் அம்மங் கிட்ட பிரார்த்தனை செய். இது ஜனங்க நடக்கிற எடம் இது. போ… போ… போ… தள்ளிப்போ…” யாரோ பெரியவர் ஒருவர் பெருத்த குரல் கொடுத்து இவன் நகர்வதற்குக் காத்துக்கொண்டிருப்பவர்போல விநோதமாகப் பார்த்தார். மெதுவாக நடப்பது இந்த நெரிசலில் சாத்தியமாகாத ஒன்று என்பதை திடீரென வந்து மோதி அவனை முன்னால் தள்ளிய கூட்டத்தைப் பார்த்துப் புரிந்துகொண்டான்.

பக்தகோடிகளோடு கலந்து சென்று கொண்டேயிருந்தான் இவன், தெற்கு வாயிலை நெருங்கும்போது பக்கத்திலிருந்த ஒரு தேங்காய், பழக்கடையில் நிர்மளா அர்ச்சனைத் தட்டு வாங்கிக்கொண்டிருக்கக் கூடும் என்று அநுமானித்தான். அந்தக் கடை முழுக்க பார்வையை ஓட்டினான். அங்கு அவள் இல்லை.

வாயில் மண்டபத்தில் பிரவேசித்ததும் புழுக்கம் ஏற்பட்டது. படிகளைப் பார்த்துப் பார்த்து நடக்க வேண்டியதாயிருந்தது. கோவில் பிரகாரத்தில் உயரமான அளவில் பந்தல் போடப்பட்டிருந்தது. மதில்சுவரை ஒட்டினாற்போல் நிறைய பேர் அமர்ந்துகொண்டும் ஓய்வெடுத்துக்கொண்டும் இருந்தனர். பிரகாரத்தைச் சுற்றி வந்து கொண்டிருக்கையில் சிறப்பு வழி: நுழைவுக் கட்டணம் ரூ.25/– என்று எழுதப்பட்ட வாசகத்திற்குக் கீழ் குணசேகர் அமர்ந்திருந்தான். அவனையும் அந்த வாசகத்தையும் கோவில் மண்டபத்து ஒரு சிறு நுழைவாயிலில் கண்டான் இவன்.

“என்னா குணசேகர் நீதான் டிக்கட் கொடுக்கறியா?”

“ஆமா காலையிலிருந்து ரெஸ்டே இல்ல. மத்தியான சாப்பாடே இப்பதான் சாப்பிடப்போறன்.”

“அடேயப்பா. இன்னுமா சாப்பிடல?… சரி சரி நான் வரட்டுமா?”

“ஒரு நிமிஷம்… அங்க ஈ.ஓ. ரூம்ல பூமிநாதன் இருப்பான் நான் வரச்சொன்னேன்னு சொல்லு.”

"என்ன பூமிநாதனா?"

"அவன் வெளியூரு. யார்னு கேளு சொல்வாங்க."

சரியென்று விட்டு கோவில் மண்டபங்களுக்குள் இருக்கும் மக்கள் வெள்ளத்தைப் பார்த்தவாறே நடந்தான்.

குணசேகர் போல திருவிழாவிற்கு தானும் சிறப்புப் பணியாளராகச் சேர நினைத்திருந்தான். ஆனால் அது தனக்குக் கௌரவக் குறைச்சலாக இருக்கும் என்று விட்டுவிட்டதை எண்ணி வருந்தினான். இந்த பத்து நாளைக்கு ஓரளவுக்கு சம்பாதித்திருக்கலாம்.

ஈ.ஓ. அலுவலக வாசலில் மாவட்ட கலெக்டர் பெண்மணி நின்றுகொண்டிருந்தார். சுற்றிலும் அதிகாரிகள், எதிரே கரகம் ஆடும் கிராமியக் கலைஞர்களை ரசித்துக்கொண்டிருப்பது போலப் பட்டது. அவர்களைக் கடந்து எப்படி உள்ளே போவதென்று தெரியவில்லை. ஆவது ஆகட்டும் என்று கூட்டத்தை விலக்கிக் கொண்டு முதல்படி ஏறினான். கலெக்டருக்கு நேரெதிராக தான் நின்றுவிட்டதாக ஒரு கணம் பயந்தான்.

ஒரு போலீஸ் அதிகாரி இவன் தோளில் கைவைத்து தள்ள முயற்சிப்பது போல அசைத்து, "என்ன?" என்று கேட்டார். "உள்ளே போகணும்" என்றான். அதை நிராகரிப்பது போல போலீஸ் அதிகாரி இவனை ஒதுக்க முயன்றார். அதற்குள் கலெக்டரே கவனித்து இவனைப் பார்த்தார். இவன் திகிலடைந்தான். அவர் ஆணையின் பேரில் ஏதாவது அசம்பாவிதம் நிகழுமோ என்று பயந்தான். கலெக்டரோ, 'என்ன' என்பது போல தலையை ஆட்டிக் கேட்டார். 'நான் உள்ளே போக வேண்டும்' என்பது போல கையைக் காட்டினான். சிறிய அளவில் இடைவெளி விட்டு போ என்பது போல தலையசைத்தார். கலெக்டர் அம்மணியின் முகம் தான் எவ்வளவு பெருந்தன்மையாக இருக்கிறது.

நிர்வாக அதிகாரியின் அறையில் நுழைந்தவுடன் குணசேகர் சொன்னதைச் சொன்னான். அங்கிருந்த இளநிலை உதவியாளர் "வந்ததும் அனுப்பி வைக்கிறேன்" என்றார். திரும்பும்போது அருகிலிருந்த ஜன்னல் வழியாக தூரத்தில் நிர்மளா முகத்தைக் கண்டான். பரவசமாயிருந்தது. அவள் நின்றுகொண்டிருக்கும் இடம் வடக்கு வாயில் மண்டபம். அங்கிருந்த ஆண் பூதவாகன ரதப்பட்டறையை ஒட்டிய மேடையின் படிக்கட்டில் நின்று கொண்டிருந்தாள். நெரிசல் இல்லாமல் அவள் தன்னைக் காப்பாற்றிக்கொள்ள – தற்போது அந்தப் படிக்கட்டைத்தான் நாடியிருக்கவேண்டும். அது அவளுக்குப் – போதமானதாயிருக்கும் என்று நினைத்தான். உடன் யாரோ சிலர் நின்றுகொண்டிருந்தனர்.

அவள் யாரையோ எதிர்பார்த்துக்கொண்டிருப்பது போலத் தெரிந்தது. அநேகமாக தன்னைத்தான் இருக்கும் என்று எண்ணி மகிழ்ந்தான். வெளியே வருகையில் கலெக்டர் முதலானோர் நின்றுகொண்டிருந்த இடம் காலியாக இருந்தது.

படிகளில் இறங்கி வடக்கு வாயில் மண்டபத்துள் நுழைந்தான். ரதப் பட்டறை மேடைப்படிகளில் நின்றிருந்த அவள் தன்னைப் பார்த்துவிட்டதை உணர்ந்தான். ஆர்வமாகப் பார்த்துக்கொண்டிருக்கிறாள். வேட்டைக்காரனிடமிருந்து தப்பி ஓடிவந்து மறைவிடமொன்றில் நின்று அலங்க மலங்க விழிக்கும் ஒரு மான்குட்டிபோல் இருக்கிறாள். இந்த உதாரணம் (தான் ஒரு வேட்டைக்காரன் இல்லையாதலால்) அவ்வளவாக பொறுத்தமில்லை என்று மேலும் தோன்றிட, வேறு உதாரணங்களைத் தேட உத்தேசமில்லாமல் அவள் கண்களுக்கு நேராகக் கண்ணோட்டினான். காதலாய்ப் பார்த்தான். அழகாயிருக்கிறாள். தனக்காகவா அங்கு நிற்கிறாள்? இருக்காது. பின் ஏன் அப்படிப் பார்க்கிறாள். இப்போதாவது நின்று ஏதாவது பேசவேண்டும் போலத் தோன்றியது. என்ன பேசுவது? கல்யாணமாயிடுச்சா? அப்பப்பா அந்தக் கேள்வி மட்டும் வேண்டாம். அந்தக் கேள்வியைக் கேட்கும்போது இருவரையுமே இருவருக்குமே வெட்கம் பிடுங்கித் தின்றுவிடும். சரி எதுவுமே பேசத் தேவையில்லை.

திடீரென்று என்னவோ தோன்றியது. முகத்தை பெருந்தன்மையாக வைத்துக்கொண்டான். அவளைப் பாராதவன் போல அல்லது பார்க்க விரும்பாதவன் போல, எந்நேரமும் பார்த்துக்கொண்டிருக்கும் ஜென்மம் நானல்ல என்பதுபோல, முகத்தை நேராக வைத்துக்கொண்டான். சிறு தன்மான உணர்ச்சியும் உடன் ஒரு பெருந்தன்மையான பாவமும் முகத்தில் உருவாக்கி மேலும் நடந்தான். அவள் தற்போது தன்னையே பார்த்துக்கொண்டிருக்கலாம் என்றும் அவனாக வந்து தன்னுடன் பேசுவான் என்றும் நினைத்திருக்கக்கூடும். அப்படி பேசும்போது அங்கே குறுகிய கடைத் தெருக்களில் ஏதோ அவசரத்தில் பேசத் தவறவிட்டதை இப்போது பேச தன்னைத் தயார் செய்து காத்துக்கொண்டிருக்கிறாள் என்றும் கருதினான். அவளாகத்தான் (அழைத்துப்) பேசட்டுமே ஏன் நாமாகச் சென்று குழைய வேண்டும் என்றும் நினைத்தான்.

அவனுக்குத் தன்மானத்தின் மேலும் பெருந்தன்மையாக முகத்தை வைத்துக்கொள்ள அடிக்கடி முயன்ற தன் பாவனைகள் மீதும் கோபம் வந்தது. நானாக அவளிடம் சென்று பேசவேண்டும். அவள் அதைத்தான் விரும்புகிறாளோ என்றும் சந்தேகித்தான். ஆனால் அவளை ஒரு பொருட்டாக மதியாமல் இவ்வளவு தூரம்

கடந்து வந்துவிட்டதையெண்ணி அவள் மிகவும் வருந்தக்கூடும் என்றும் தோன்றியது. வடக்கு வாயிலைக் கடந்து அவன் வெளியே செல்லும்வரை நிர்மளா அவனையே பார்த்துக்கொண்டிருந்தாள்.

வடக்கு வாயிலுக்கு நேராக இன்னும் தேர் வரவில்லை. மேற்கு வாயிலுக்கு நேராக உள்ள பொய்த் தேரை இழுத்து வந்து இங்கு தேர் முட்டி மேடையுச்சியில் அலங்கரிக்கப்பட்டிருக்கும் அம்மனை எடுத்து வைத்த பிறகு இழுப்பது தான் மெய்த்தேர். ரதோற்சவம் அதற்கு இன்னும் எவ்வளவு நேரம் ஆகும். இவனுக்கு சற்றே ஆசுவாசம் இந்தக் கூட்டத்தில் இன்னும் எவ்வளவு நேரம் இடிபட வேண்டும்.

திருவிழாவில் யாவும் வழக்கமாக நிகழ்கின்றதுதான் என்றாலும் தனக்கு இம்முறை வித்தியாசமாக அமைந்து விட்டதை அடிக்கடி நினைத்துக்கொண்டான். அவளாகத்தான் முதலில் வந்து பேசினாள். அதனால் இந்த முறை நாமாகத் தான் பேசியிருக்க வேண்டும். அதுதான் நியாயமும் கூட. வலிய சென்று பேசுவதனால் அப்படியென்ன பெரியதாய் தன் மானம் குறைந்து விடக்கூடும்?

நிர்மளாவைப்பற்றிய எண்ணங்கள்வேறு எண்ணங்களைவிட பரவசமளித்து மனதில் ஆழமாய்ப் பதிந்துகொண்டிருப்பது ஆச்சரியமாக இருந்தது. அதற்கு சரியான காரணம் உண்டு. ஏழெட்டு வருடங்கள். அடேயப்பா... எப்படி அவளால் இந்த முகத்தை நினைவில் வைத்துக்கொண்டிருக்க முடிந்தது. கூடவே இந்தப் பெயரையும், இடைப்பட்ட காலத்தில் எப்போதாவது நினைத்திருக்கிறாளா? திருவிழாக் கூட்டத்தில் எப்படி திடும் என்று கண்டுபிடித்து விட்டாள்?

முகத்தைப் பார்த்தவுடன் ஒரு குழந்தைத்தனமான ஆர்வத்துடன் அணுகியதும்... (அப்படி அணுகியதற்குக் காரணம், தாலுகா அளவில் பாட்டுப் போட்டியில் இருவரும் பங்குகொள்ள குளத்தங்கரை குளுகுளு நிழலில் வைத்த அதற்கான ஆசிரியர் ஆசிரியைகளால் முன்தேர்வு செய்யப்பட்டது உட்பட பழைய பள்ளி நிகழ்வுகளெல்லாம் அந்நேரத்தில் அப்படியே கண்முன் தோன்றியிருக்கலாம்.)

தன் வயது, நாணம், இளமை, பால் பேதம் என்று எல்லாவற்றையும் மறந்துவிட்டு சேது என்று சுகமாக உச்சரித்ததும் பாசமாகப் பார்த்தவாறிருந்ததும் உண்மையில் பெரிய அனுபவந்தான். நிர்மளா! உன் ஆத்மாவின் மொழி எனக்குப் புரிகிறது. உன் தூய்மையான அணுகுமுறை எனக்குப் பிடித்திருக்கிறது. ஆனால்,ஆனால் நீ சிறிது நேரத்திற்குள்ளாகவே நழுவிப் போனதுதான் என்னை வாட்டுகிறது. ஏன் அப்படி செய்து விட்டாய். என்ன நேர்ந்தது உனக்கு? காதல் சிந்தனைகளை

அதிகப்படியாகத் தலையில் தூக்கிவைத்துக் கொண்டாடும் ஆண் இனத்தைச் சேர்ந்தவன் தானே சேதுகூட என்ற ஞாபகம் வந்து விட்டதா? ஆனாலும் வாலிபன் என்பதை விட பெண். உனக்கே நீயொரு கல்யாணமாகாத அழகிய பெண் என்ற ஞாபகத் திரை சரேலென்று மனதில் வந்து விழுந்ததா? நிர்மளா இந்த சாந்தமான முகத்தைப் பார்த்தாயல்லவா? ஏதாவது தோன்றியதா அப்போது? தோன்றியிருக்கலாம். இந்த சாந்தமான முகத்தின் பின்னணியில் வாழ்வென்னும் தேரை இழுக்க அதன் எஃகு வடம் பிடிக்க முடியாமல் தொடர்ந்து பின் தள்ளப்பட்டுக்கொண்டிருக்கும் தளராத பொறுமையை நீ துல்லியமாகக் கண்டுபிடித்து விட்டிருப்பாய் என்றுதான் எனக்குத் தோன்றுகிறது. எனக்கு ஒரு சுகந்தமான நட்பு கிடைத்துவிட்டது என்றுதான் அப்போது நினைத்தேன் ஆனால்...

தேர் மேற்கு வாயிலிலிருந்து கிளம்பிவிட்டதென்று யாரோ சொன்னார்கள்.

கூட்டம் அலைமோத ஆரம்பித்தது. திடீரென்று நிறைய போலீஸ்காரர்கள் தோன்றினார்கள். சரியாக வழியமைத்து மக்களை சீர் செய்து தேர் ஒழுங்காக வர ஏற்பாடுகள் செய்தனர். அவர்களின் இந்த நடவடிக்கையால் இவன் திணறினான். இந்தக் கூட்டத்தை மிகவும் தைரியமாகச் சமாளித்து விடவேண்டும் என்று பலமாக கைகளால் தடுத்து மக்கள் கூட்டத்தினால் சாய்ந்துவிடாமலும் திணறாமலும் இருக்க முயற்சி செய்தான். அவன் அப்படி செய்தபோது ஒரு போலிஸ்காரரின் லட்டி கீழே போய் விழுந்திட அவர் மிகவும் வெகுண்டெழுந்து அதை எடுத்து வந்து இவன் தோளில் பளீர் என்று அடித்து "ராஸ்கல் போடா தள்ளி" என்று மேலும் ரெண்டு போட்டார்.

இவன் பதற்றத்துடன் அவரைப் பார்த்தான். அந்தப் பதற்றம் அவர் அடித்த அடியால் வலித்ததற்காக அல்ல. தனக்கு ஒரு வேலை கிடைத்திருந்தால் இங்கெல்லாம் வந்து இப்படி அவதிப்பட வேண்டிய அவசியமில்லையென்றும், ஆத்மார்த்தமாக தனக்கும் எல்லாம் வல்ல இயற்கைக்கும் உள்ள உறவு மிகவும் தெளிவாக பரஸ்பர நேசத்துடன் நெருக்கமாக இருந்து கொண்டுதான் இருக்கிறது என்றும்... ஏதோ கால் போன போக்கில் கிளம்பி இப்படி இந்த பக்தகோடிகளோடு இடிபடுவதாலும் போலிஸ்காரர்களிடம் அடிபடுவதாலும் தன் பொறுமையுணர்ச்சி கணமேனும் குன்றிவிடக்கூடும் என்றுதான் பதற்றமடைந்தான்.

தூரத்தில் தேர் வந்து கொண்டிருப்பது தெரிந்தது. வந்து, தேர்முட்டி மண்டபத்தையொட்டி நின்றது. ஏற்கனவே இழுத்துக் கொண்டு வந்தவர்கள் அப்படியே இழுக்கச் செய்யவும் வேறு

யாரும் அதில் இணையக்கூடாது (அப்படி இணைகையில் நெரிசல் அதிகரிக்கலாம்) என்பதற்காகவும் போலிஸ்துறையினர் கூடியவரை தடுத்தனர். ஆனால் மக்கள் வெள்ளத்தை அவர்கள் சரியாக அடக்க முடியவில்லை. பெருகிப் பெருகி பயங்கரமாகக் கூட்டம் அலை மோதியது. வடம் பிடிப்பது என்பது இத்திருவிழாவெங்கும் கூடியிருக்கும் இந்த ஆயிரக்கணக்கான மக்களின் பெரிய தாகம் என்பதை போலிஸ்காரர்கள் புரிந்துகொண்டதைப் போலிருந்தது சற்றே அவர்கள் வாளாயிருந்தது.

ஆனால் அவனாலும் கூட்டத்தைச் சமாளிக்க முடியவில்லை. சரியாக மாட்டிக்கொண்டோம் என உணர முடிந்தது. கைகால்களை அசைப்பதுகூட தன் விருப்பத்தில் நிகழ்த்தி விட முடியாது என்றும் தோன்றியது. போலிஸ்காரர்கள் துணிந்துவிட்டார்கள். மக்கள் வெள்ளம் கொந்தளித்தது. லொட்லொட் என்று சத்தம் கேட்டது. "அங்காளம்மா தாய்க்கு அரோகரா" என்ற சத்தம் ஏக காலத்தில் ஓங்காரமாய் பிரவகித்தது. எல்லோர் தலையிலும் மற்ற இடங்களிலும் போலிஸ் லட்டியின் ஓசை 'லொட்லொட்' என்று கேட்கிறது. தலையிலும் அடி விழலாம் என்று எண்ணி நன்றாகக் குனிந்துகொண்டான். குனிந்து கொண்டது ஓரளவுக்கு அந்த நேரத்தில் சௌகரியமாக இருந்தது.

இப்பவும் நிர்மளா ஞாபகம் வந்தது, கண்களை மூடினான். இளஞ்சிவப்பு வண்ணச் சேலையோடு, பூச்சரம் கழுத்தில் புரள, புன்னகை முகத்தில் மிளிர நிர்மளாவின் முகம் மட்டும் தனியாய் ஒளிர்ந்தது. இன்று அது வெறும் பள்ளி பால்யத்தில் முகிழ்ந்த பூஞ்சிரிப்பல்ல.

"சேது" என்று மென்மையாக அழைக்கிறாள். "படிக்கிறிங்களா" என்று இவன் கேட்கிறான். "வீட்ல சும்மாதான் இருக்கேன்" என்கிறாள். "சேது" என்று உருக்கமாக அழைத்த நிர்மளாவின் நிர்மலமான வதனத்தின் பொலிவை மனசில் சரியாக பதிய வைக்க முயன்றுகொண்டிருந்தான்.

'இந்தா நீ பிடி' என்று இவனை அடித்த அதே போலீஸ்காரர் இவனை இழுத்து வடமிழுக்கும் மக்கள் வரிசையில் சேர்த்து வலிமைமிக்க எஃகு சங்கிலி வடத்தோடு இவன் தன் கையைச் சேர்த்தார். தேர் முட்டி மண்டபத்தில் அலங்கரித்து வைக்கப்பட்டிருந்த அம்மனை எடுத்துவைத்துக்கொண்டு உச்சியில் அழகிய குடைக்கலசம் அசைந்தாடியபடி தேர் புறப்பட்டு வந்து கொண்டிருந்தது. இவன் அந்த போலிஸ்காரரை ஆச்சரியத்தோடு பார்த்துவிட்டு தேர்வடத்தை இழுக்க ஆரம்பித்தான்.

புதுப்புனல், செப்டம்பர் 2009

ராஜகுமாரி

இந்தக் கோடையில் அவள் வரவே இல்லை. முன்பெல்லாம் அவள் இல்லாமல் கோடையில்லை. பக்கத்து கிராமத்துக்காரி தான். பெயர் ராஜகுமாரி. தொழில் நுங்கு விற்பது. முத்தானையையே சிம்மாடாக்கிக்கொண்டு அதன்மேல் கூடையை வைத்து அதனுள் பச்சைப் பனை ஓலை பரப்பில் நுங்குகளை நிரப்பி தழைகளை மூடிவைத்திருப்பாள்.

அக்காளின் பழைய செருப்பொன்றை அவள் மாட்டிக்கொண்டு சாலையில் டப்டப்பென்று சத்தம் எழுப்பியபடி அவள் நடந்த அழகே தனி. "நுங்கு நுங்கேய்!" கோடை ஆரம்பித்து இவ்வளவு நாள் ஆகிறது இன்னும் ஏன் விற்கவரவில்லை ராஜகுமாரி? எங்காவது கட்டிக் கொடுத்து விட்டார்களா உன்னை?

இவன் திண்ணையில் நீண்டநேரமாக உட்கார்ந்துகொண்டிருந்தான். எதிரே இலுப்பை மரங்களில் காகங்களின் இரைச்சல். உச்சிவானில் சூரியன். எங்கோ வாள்பட்டறையில் மரம் அறுக்கும் சத்தம். அடுத்த தெருவில் எப்போதும் போல் முனியம்மாவிற்கும் அவளின் அடுத்த வீட்டுக்காரி செங்கமலத்திற்கும் ஏக சண்டை–இரைச்சல். எல்லாம் அவன் காதுகளுக்கு கசப்பான பண்டமாக இருந்தது.

ஒரு கிழவி "நுங்கு நுங்கே" என்று இவன் தெருவிலே விற்றுக்கொண்டு வருகிறாள். கிழவியின் குரல் மிகவும் கரகரத்துப் போயிருந்தது. நாராசமாய்

இருந்தது. என்னதான் ராஜகுமாரியின் குரல் வெயிலென்றாலும் கரகரக்குமா? நாராசமாய் வருமா? இல்லை அப்படியெல்லாம் மாறிவிடாது.

அவளின் குரலில் தேன் வைத்திருக்கிறாள். சிடாரின் ஒரு கம்பி 'டொய்ங்ங்' ஏன் என்னாச்சு அவளுக்கு? ஏன் இந்தக் கோடையில் அவள் வரவில்லை. கிழவி இவனைக் கடந்து போனாள். "தே... நொங்கு பாட்டி" – அவன் கூப்பிட்டான்.

"என்ன ஐயா நொங்கு வேணுமா? எல்லா எள நொங்கு தான்."

"எனக்கு நொங்கு வேணாம். உங்க ஊரு ராஜகுமாரி, ராஜகுமாரின்னு ஒரு பொண்ணு முந்தியெல்லாம் நுங்கு விக்க வருமே, அதக் காணோமே இப்பல்லாம்?"

"அட அந்த கோரத்த ஏம்பா கேக்கர. எந்த சண்டாளனோ அவ வயித்த பெருசாக்கிட்டான். ஆறுமாசமா முழுகாம போன மாசம்தான் தூக்கு போட்டுகிட்டா. நா வரம்பா..."அவள் போய்விட்டாள்.

சிடாரின் ஒரு கம்பி அறுந்தது. 'ட்டொய்ய்ய்ங்ங்' இவன் மிகவும் சோர்வுற்றான். என்னது தூக்கு போட்டுக்கொண்டாளா?

வேதனை நெஞ்சைப் பிடுங்கித் தின்றது. "நுங்கு வாங்கறீங்களா நுங்கு" பழைய ஞாபகம் ஒன்று அவனுக்கு வந்தது. "சாரே படிக்கிறாரா?"

"ம் அவனுக்கென்னா எப்பப் பார்த்தாலும் படிப்புதான். எப்பதான் வேலைக்குப் போவானோ?"

"அப்படிச் சொல்லாதீங்கம்மா... அவரு பெரிய வேலைக்குப் போகத்தான் போறாரு. பாவாடை சட்டைப் போட்டுகினு இந்த ஊருக்கு நான் நுங்கு விக்க வர ஆரம்பிச்ச காலத்திலிருந்து பாக்கறேன். ரொம்ப வருஷமா இதே திண்ணையில உக்காந்து படிபடின்னு படிச்சிக்கிட்டேயிருக்காரு. இதெல்லாம் வீண் போகாது".

"சரிசரி இந்தா ரெண்டு ரூபா செரிதானா? மேலே ஒரு நுங்கு போட மாட்டயா?"

"ஒன்னு இன்னா ரெண்டு போடறம்மா..."

நுங்கு பாத்திரத்தை எடுத்துக்கொண்டு அம்மா உள்ளே போய்விடுகிறாள். இவனை அவள் வாழ்த்தியதற்காக நன்றியுடன் பார்க்கிறான்.

“நான் பாத்ததுலேயிருந்து ரொம்ப காலமா நீ கூடத் தான் நுங்கு விக்கற... அதனால நீ ராஜகுமாரியில்ல நொங்கு குமாரி.”

புன்னகைத்து விட்டு அவள் சென்றுவிடுகிறாள்.

அவளா செத்து விட்டாள். அடிப்பாவி! உனக்கென்ன அல்பாயுசு வந்தது? ஏன் போனாய்? எந்த தடியனிடம் ஏமாந்தாய்? யாரந்த பொறுக்கி ராஸ்கல்?

இவனின் நெஞ்சில் நெடிதுயர்ந்த எரிமலைச் சிகரம் உருண்டு புரண்டு வெடித்து சரிந்து தரைமட்டமாகிப் போனது மாதிரியிருந்தது. தரைமட்டமாகிப் போனாலும் கனன்று கொண்டிருந்தது.

வீட்டிற்குள்ளிருந்து தம்பி ஓடிவருகிறான்.

“அம்மா நுங்கு வாங்கியாரச் சொன்னாங்க. அதோ அஞ்சாவது வீட்டண்டை நிக்கிது நொங்கு பாட்டி. உனக்கு வேணுமா சொல்லு நான் வாங்கியாரப் போறன்.”

"நீங்கள்லாம் வாங்கி சாப்பிடுங்க. எனக்கு வேண்டாம்.”

“ஏன்?”

"வேண்டாம்... நீ போய் வாங்கு.”

“சரி.”

தம்பி போய்விட்டான். துக்கம் நெஞ்சை அடைத்தது.

நுங்கு வேண்டாம் என்று சொல்லியாகிவிட்டது. தற்போது அதுமட்டுமே தன்னால் இயன்றது. அவளுக்கு இதைவிட வேறு முறையில் அஞ்சலி செலுத்த முடியாது என்று எண்ணினான். இந்தக் கோடைக்கு அல்லது அவளது ஞாபகம் மறையும் வரையில் கூட நுங்கு சாப்பிடக் கூடாது என்று முடிவு செய்தான் அந்த இளம் பட்டதாரி.

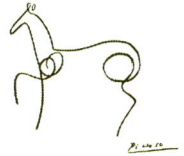

தற்காலிகங்கள்

யாருக்கும் அடங்காத காற்று, எவரையும் ஆட வைக்கும் மழை, சளார் சளார் என்று ஒரே பிடிவாதம், மரங்களின் ஆட்டம் மனிதர்களின் ஓட்டம் – இரவு பத்துமணி. ஊர் அடங்கியிருந்தது ... ஊற்றும் மழை மட்டும் இன்னமும் அடங்காமல்.

ஸ்வீப்பர் செல்வமுத்துவை, "நீயாவது வா" என்று அழைத்தார் மேஸ்திரி மேகவர்ணன் – நாகரிகமான தமிழில் துப்புரவு மேற்பார்வையாளர்.

"கண்டிப்பா வரேனுங்க ஐயா."

"அப்படி வா. எல்லா தடிப்பயல்களும், புரியோஜனமில்லாதவனுவ, நீதான் ரைட். நம்ம பஞ்சாயத்துலேயே பெஸ்டான ஆளு நீதான்."

"ஐயா பொணம் எங்க இருக்குதுன்னு சொல்லுங்க. சீக்கிரம் நான் கௌம்பறன். மழை பலமா பெய்யுது."

"அட என்னடா நீ அவசரகுடுக்கே கொஞ்சம் பொறேன். மழை பலமாதான் பெய்யுது இல்லேன்னா சொல்றேன். எப்பா வாட்ச்மேனு இவனை பஞ்சாயத்து போர்டு காம்பவுண்டுக்குள்ள கொண்டு போய் அந்த குப்ப வண்டிய எடுத்துக்கொடு போ. தோபாருயா மழையா இருக்குதுன்னு பொணத்த அரையுங்குறையுமா பொதச்சிட்டு வந்துறாத அப்புறம் மழை தேங்கி குபுக்குன்னு வெளியே வந்து உங்க ஊட்டு பின்னாலே ஓடுதே ஆறு அதுல திடீர்னு வந்து மிதந்து நிக்கும் புரியுதா?"

"புரியுதுங்க ஐயா பொணம் எங்க இருக்குன்னு கொஞ்சம்..."

"சொல்றேன் ஊரத்தள்ளி ஐயனார் சிலை இருக்கே அதுக்கந்தாண்டே பாலத்து மொகனையில கெடக்குடா. தரதரன்னு இழுக்காத அசாத எடுத்துப்போடு போ... போ..."

"சரிங்க ஐயா."

வாட்ச்மேனின் பின்னால் ஓடிச்சென்று குப்பை வண்டியை எடுத்துக் கொண்டு வேகவேகமாய் ஓட்டிச் சென்றான். சாதாரண மழையா அது. பேருந்துகள் குறைந்து அந்த சாலையில் லாரிகள்தான் அதிகம் போய்க்கொண்டிருந்தன.

என்னதான் கோணிப்பையால் தன் உடலை மூடிக் கொண்டிருந்தாலும் மழைவேகம் முகத்தில் பளீரென்று அறைந்தபடியே இருந்தது.

இன்று மாலை நடந்தது எல்லா ஸ்கேவன்ஜர்களுக்கும் நன்றாகவே தெரியும். மாலை ஆறு மணியளவில் செய்தி வந்தது. அனாதைப் பிணம் ஒன்று ஐயனார் சிலையருகே கிடக்கிறது. ஐம்பது வயது மதிக்கத்தக்க தோற்றம். சமீப காலத்தில் இதே ஊரில் பிச்சை எடுத்துக்கொண்டிருந்தவன்தான் அவன். பாவம் கேட்பாரற்று பார்ப்பாரற்று அந்த சாவு சம்பவித்திருக்கிறது. அகால மரணம். போலிஸ் விசாரணை, மணியகாரர் அறிக்கை எல்லாம் முடிந்தது. டவுன் பஞ்சாயத்துதான் பிணத்தை அப்புறப்படுத்த வேண்டும்.

மழையாம், இல்லையென்றால் எல்லாரும் வருவார் களாம். வாட்ச்மேன் சொல்லுகிறான். ஏன் ஏழுமணியளவில் மழையில்லையே அப்போது போகவேண்டியது தானே. சட்டென்று எல்லாரும் தலைமறைவாகி விட்டார்களே. ஒரு வீடு தப்பாமல் முப்பதுதுப்புரவு பணியாளர்களின் மனைவிமார்களும் ஒரே மாதிரி சொல்லியிருக்கிறார்கள். "வெளியே போயிருக்காங்க இன்னும் வீடு திரும்பலை" – அட ஆண்டவா.

அவர்களைக் குறைசொல்வதற்கில்லை. ஒவ்வொரு நாளும் அதிகாலை நான்கு மணிக்கு வந்து அட்டெண்டன்ஸ் கொடுத்து விட்டு சேனிடரி இன்ஸ்பெக்டர் யார் யார் எந்தத் தெருவுக்குப் போக வேண்டும் என்று சொல்லுகிறாரோ அவர்கள் அங்கு சென்றாக வேண்டும். கண்ட மேனிக்கு ஜனங்கள் போட்ட குப்பையை அது மலமாகஇருந்தாலும் சரி அதைதெருத் தெருவாக வரும் குப்பை டிராக்டரின் ட்ரெய்லரிலோ அல்லது மிட்சிபிஷி குப்பை வண்டியிலோ எடுத்துப்போட்டுவிட்டு சாலைகளைச் சுத்தப்படுத்த வேண்டியது கடமை.

இப்படி ஊரைச் சுத்தம் செய்யும் சாக்கடையைச் சுத்தம் செய்யும் கடைநிலைக்கும் கடைநிலைப் பணியாளர்களை எப்படி குற்றம் சொல்ல முடியும். இரவு நேரமாக இருக்கிறது. பிணம் என்று வேறு சொல்கிறார்கள். அந்த பயம்தான்... மற்றபடி அவர்களைப்பற்றிக் குறையாகச் சொல்ல எதுவுமில்லை.

பிறகு நான் மட்டும் ஏன் முன் வந்தேன். என்றென்றும் தனக்கேயுரிய பயம் ஞாபகம் வந்தது. தினக்கூலி, தற்காலிகம், டெம்பரரி... எத்தனை வார்த்தைகளில் சொன்னாலும் பொருள் ஒன்று தான். ஆனாலும் அதுதான் எவ்வளவு மோசமான விஷயம். இவர்கள் எந்த நேரத்திலும் என்னை வேலையிலிருந்து எடுத்துவிடலாம், என் குடுமி இவர்கள் கையில் என்ற பயம்.

"டெம்பரரிதானே, அட அவன் எந்தவேலை கொடுத்தாலும் செஞ்சாவணும்."

ஆனாலும் நம்பிக்கையிருக்கிறது. இந்த முறையாவது அவர்களின் மனசை தொட்டுவிடுவேன் என்றும் அவர்கள் என்னை பர்மினென்ட் செய்துவிடுவார்கள் என்றும், பார்ப்போம் கடவுள் விட்டவழி என்று யோசித்து யோசித்து வண்டியை இழுத்துச் சென்றான்.

ஐயனார் சிலை கடந்து பாலத்து இடது மூலையில் மழையில் நனைந்து கொண்டிருக்கிறது பிணம். நாதியற்ற. ஊர்பேர் தெரியாத அந்த மனிதனுக்கு நேர்த்த அவலத்தை எண்ணினான். சிலருக்கு இப்படி ஆகிவிடுகிறது.

மழையில் ஊறியதாலோ என்னவோ பிணம் இந்த மட்டுக்கு அந்த மட்டுக்கு என்றில்லாமல் கனத்தது. என்றாலும் உன்னைப்பிடி என்னைப்பிடி என்று ஒரு ஆளாக இருந்து தூக்கி வண்டியில் போட்டுக்கொண்டு பாலத்து மேற்கு திசைக்காய் ஓட்டிச்சென்று சாலையைக் கடந்து இறங்கிப் போகும் பாதையில் ஜாக்கிரதையாக இறங்கிக்கொண்டு தள்ளிச் சென்றான்.

எப்போதாவது வெள்ளம் பெருக்கெடுத்தோடும் அந்த ஆற்றில் அன்றைக்கு வெறிச்சோடியிருந்தது. கரைகளில் எங்கும் கல்லறைகள்... கல்லறைகளில் எங்கும் கதை கதையாய் காரணங்கள்.

இந்த பிச்சைக்காரனுக்குக்கூட கதைகள் பல இருந்ததை செல்லமுத்து அறிந்திருந்தான். அதெல்லாம் ஏனோ இப்போது சளார் சளார் என்று அடிக்கிற மழையையும் மீறி வந்து இம்சித்தது.

இந்தப் பிச்சைக்காரனின் சொத்தையெல்லாம் யாரோ அபகரித்துக்கொண்டு துரத்திவிட்டார்களாம். துரத்தினவர்கள்

சும்மா துரத்தவில்லை. பைத்தியமாக்கித் துரத்தியிருக்கிறார்கள். அந்த மனநலம் பிறழ்ந்த பிச்சைக்காரன் பேச்சில் எப்போதும் "சொத்தையா திருப்பி கொடுங்கன்னு கேட்டேன். கொஞ்சம் சோறுதானே போடுங்கன்னு கேட்டன்" என்று தவறாமல் வரும்.

அவன் முகத்தைப் பார்த்தான். முகம் உப்பியிருந்தது. லாந்தர் வெளிச்சத்தில் பிணத்தின் தோற்றம் விகாரமாய் பருத்திருந்தது. கண்ணாத்தா பாட்டிகூட இப்படித் தான். சாவதற்கு முன்னதாகவே பருத்துவிட்டாள். செத்த பிறகு பாடை தூக்கிய இவனையும் சேர்த்து எல்லோருமே புலம்பினார்கள். "அட இந்த கெயவி இன்னா இந்த கனம் கனக்குது" என்று...

என்னவோ – நிலையில்லாத வாழ்க்கை, நிலையில்லாத மனிதர்கள், நிலையில்லாத உலகம்... – நிலையில்லாத வேலை.

அட ச்சீ!

ஆற்றின் மத்திம நிலத்தில் ஆழமாக தோண்டினான். பிணத்தைக் கையாளும் போதும் புதைத்துவிட்டு ஆற்று மேடேறி திரும்பும் வரையிலும்கூட இவன் கண்ணில் லேசாக கண்ணீர் வந்துகொண்டிருந்தது. அது இவன் வாழ்வைக் குறித்தா அவன் வாழ்வைக் குறித்தா என்பது புதிர்தான்.

சானிடரி இன்ஸ்பெக்டர் ஓர் ஐம்பது ரூபாயைக் கொடுத்து, "சாராயம் குடிச்சிபுட்டு பொண்டாட்டி பக்கம் திரும்பாம குப்புறப் படுத்துக்கோ போ" என்றார்.

பணத்தைக் கையில் வாங்கிக் கொண்டான்.

"ஐயா என்னை கொஞ்சம் பர்மிட் பண்ணிபுடுங்கோயா குடும்பம் கஷ்டத்தில் இருக்கு" என்றான் திடீரென்று.

"தெரியுமெலே மழைல பொணம் தூக்க மாட்டேன்னு மத்தவன்லாம் மல்லுக்கு நின்னப்ப நான் வரன் ஐயான்னு வரும்போதே தெரியுமெலே போப்போ பர்மினன்ட் பண்ணிபுடுறேன் போ."

மனது ஆதங்கப்பட்டது. வேகவேகமாய் நடந்தான். மேஸ்திரியிடம் ஒரு வார்த்தை சொல்லிவிட்டுப் போகலாமென்று தோன்றவே மீண்டும் அலுவலகப் படிகளை நெருங்கினான்.

உள்ளே மேஸ்திரி குரல் கேட்டது.

"என்னங்க சார் நீங்க வேற அந்தப் பயலை பர்மினன்ட் பண்ணிடறேன் இது அதுன்னு சொல்றீங்க. இப்பத்திக்கு எடுப்பார் கைப்பிள்ளை அவன்தான். அவனையும் பர்மினன்ட் பண்ணிட்டீங்கன்னா நாளைக்கு இந்த மாதிரி நேரங்கெட்ட

நேரத்துல வேலைகெட்ட வேலை செய்ய இவனும் இல்லாம போய்விடுவான். அப்புறம் இவனும் டிமிக்கி கொடுப்பான். இவனப் போய்..."

"ஒய் நிறுத்துங்க மேஸ்திரி... ஆடுற மாட்ட ஆடிதான் கரக்கணும். பாடுற மாட்ட பாடிதான் கரக்கணும்... இது தெரியாத கேனைன்னு நென்சீட்டீரா என்னை... அடுத்த என். எம். ஆரை வக்கற காலம் வரைக்கும், இந்தப் பயல இப்படித் தான் சொல்லி வேலை வாங்கணும். சரி கௌம்பும்..."

மனசே உடைந்துவிட்டது, செல்லமுத்துவுக்கு. இந்த உலகத்தில் உழைப்புக்கு உண்மைக்கு மதிப்பில்லை. என்னையும் மற்றவர்கள் மாதிரி கணக்கு போட்டுவிட்டார்கள். பணி நிரந்தரம் செய்தால் நானும் டிமிக்கி கொடுப்பேனாம். அப்புறம் அவர்கள் அவசரத்துக்கு ஒரு ஆள் இலாமல் போய் விடுமாம். நான் அப்படிப்பட்டவனா? டிமிக்கி கொடுக்கிறவனா அல்லது பணிநிரந்தரம் செய்யப்பட்டவர்கள் எல்லோரும் டிமிக்கி கொடுக்கிறவர்களா என்ன வார்த்தை இது?... பல கேள்விகள் மனசில் எழுந்தன.

மழை பலம் குறையவேயில்லை.

கனவுகள் அலைக்கழிந்தன.

பிண சகவாசத்தை மறக்க ஒயின் ஷாப் நோக்கி நடக்க ஆரம்பித்தான் ஸ்வீப்பர் செல்வமுத்து.